പരിസ്ഥിതി മലിനീകരണം

paristhithi malineekaranam

•

satheeshbabu kollambalath

•

first edition
may 2019

•

typesetting
star communications, thiruvananthapuram

•

published
chintha publishers, thiruvananthapuram

•

cover
vinodmangoes

വിതരണം

ദേശാഭിമാനി ബുക്ക് ഹൗസ്

H O തിരുവനന്തപുരം-695 035
www.chinthapublishers.com
chinthapublishers@gmail.com

ബ്രാഞ്ചുകൾ

ഹെഡ്ഡാഫീസ് കുന്നുകുഴി • സ്റ്റാച്യു തിരുവനന്തപുരം • കെ എസ് ആർ ടി സി ബസ് സ്റ്റേഷൻ ആലപ്പുഴ • കെ എസ് ആർ ടി സി ബസ് സ്റ്റേഷൻ എറണാകുളം • ഐ ജി റോഡ് കോഴിക്കോട് • കെ എസ് ആർ ടി സി ബസ് സ്റ്റേഷൻ കോഴിക്കോട് • എൻ ജി ഒ യൂണിയൻ ബിൽഡിങ് കണ്ണൂർ • സെൻട്രൽ ബസ് ടെർമിനൽ കോംപ്ലക്സ് താവക്കര കണ്ണൂർ

CO - 2792 / 5053
ISBN - 978-93-88485-55-5

പരിസ്ഥിതി മലിനീകരണം

സതീഷ് ബാബു കൊല്ലമ്പലത്ത്

ചിന്ത പബ്ലിഷേഴ്സ്
തിരുവനന്തപുരം-695 035

സതീഷ് ബാബു കൊല്ലമ്പലത്ത്

കോഴിക്കോട് ഫറോക്ക് കൊളത്തറയിൽ കൊല്ലമ്പലത്ത് പരേതനായ വിശ്വനാഥൻ മാസ്റ്ററുടെയും ലീലയുടെയും മകനായി ജനനം. കോഴിക്കോട് ഗവ. ആർട്സ് കോളേജ്, ഗവ. ഈവനിങ് കോളേജ് എന്നിവിടങ്ങളിൽ വിദ്യാഭ്യാസം. സാമ്പത്തിക ശാസ്ത്രത്തിൽ ബിരുദാനന്തര ബിരുദം. കെ എസ് എഫ് ഇ ജീവനക്കാരനായിരുന്നു. *സൈലന്റ് വാക്റ്റിംസം: എമർജിംഗ് ഇഷ്യൂ ഓഫ് എൻവയേൺമെന്റ്* എന്ന കൃതിക്ക് ലണ്ടനിലെ ഗ്രീൻ ഓർഗനൈസേഷന്റെ 2014 ലെ ഗ്രീൻ ആപ്പിൾ അവാർഡും, സി എസ് ആർ എൻവയേൺമെന്റ് എക്സലന്റ്സ് അവാർഡും *ആകാശനദികൾ* എന്ന ഗ്രന്ഥത്തിന് 2018 ലെ ഭാഷാശ്രീയുടെ ആർ കെ രവി വർമ്മ പുരസ്കാരവും ലഭിച്ചു. വാഹന മലിനീകരണം നഗരത്തിലെ ഓട്ടോറിക്ഷാ തൊഴിലാളികളെ ബാധിക്കുന്നതിനെപ്പറ്റിയുള്ള പഠനത്തിന് 2018 ലെ അന്താരാഷ്ട്ര BEACH അവാർഡും ലഭിച്ചു. യൂറോപ്യൻ സെന്റർ ഓഫ് റിസർച്ച് ട്രെയിനിങ് & ഡെവലപ്മെന്റ് (യു കെ) അംഗമാണ്.

വിലാസം : കൊല്ലമ്പലത്ത് ഹൗസ്,
കൊളത്തറ പി ഒ,
കോഴിക്കോട് 673655

ഫോൺ : 9495531798
Email : skollambalath@gmail.com

ഉള്ളടക്കം

പ്രസാധകക്കുറിപ്പ്

പരിസ്ഥിതിയുടെ രാഷ്ട്രീയം സജീവമായി ചർച്ച ചെയ്യപ്പെട്ടുകൊണ്ടിരിക്കുന്ന കാലമാണിത്. പരിസ്ഥിതി മലിനീകരണത്തിന്റെ രൂക്ഷഫലങ്ങൾ ആഗോളജനസമൂഹം അനുഭവിച്ചുകൊണ്ടിരിക്കുന്നു. അനിയന്ത്രിതമായ പരിസ്ഥിതി ചൂഷണങ്ങളും അധിനിവേശങ്ങളും പരിസ്ഥിതിയുടെ അസ്വാഭാവിക സന്തുലിതാവസ്ഥയെ ക്രമരഹിതമാക്കുന്നു. വികസനത്തിന്റെ മുന്നേറ്റങ്ങൾ പരിസ്ഥിതി ചൂഷണത്തിന്റെ തീവ്രത വർദ്ധിപ്പിക്കുമ്പോൾ വികസനത്തെ സംബന്ധിച്ച കാഴ്ചപ്പാടുകൾ പുനർ നിർമ്മിക്കേണ്ടിവരുന്നു. അന്ധമായ പരിസ്ഥിതി സ്നേഹവാദങ്ങൾ വികസന മുരടിപ്പിനും വഴിവെക്കുന്നുണ്ടെന്ന യാഥാർത്ഥ്യത്തെ നമ്മൾ കാണാതിരുന്നുകൂടാ. പരിസ്ഥിതി സൗഹൃദപരമായ വികസനമെന്ന സങ്കല്പനത്തിന്റെ പ്രസക്തിയേറി വരുന്ന കാലത്ത് പാരിസ്ഥിതിക പ്രശ്നങ്ങൾ ആഴത്തിൽ വിശകലനം ചെയ്യുന്ന ഗ്രന്ഥമാണ് *പരിസ്ഥിതി മലിനീകരണം.* ആഴമേറിയ വായനയ്ക്കായി ഈ ഗ്രന്ഥം സമർപ്പിക്കുന്നു.

ചിന്ത പബ്ലിഷേഴ്സ്

ഡൽഹിയിലെ മലിനീകരണം കേരളത്തിന് ഒരു മുന്നറിയിപ്പ്

ഡൽഹി നഗരത്തിന്റെ ശ്വാസംമുട്ടലും അസ്വസ്ഥതയും ഇന്നും ഇന്നലെയും തുടങ്ങിയതല്ല. 2012 മുതൽ അവിടത്തെ വായുമണ്ഡലം ജീർണ്ണിക്കാൻ തുടങ്ങിയതാണ്. ഈ വർഷം അതിന്റെ സീമയെല്ലാം ലംഘിച്ച് വായു മലിനീകരണം വർദ്ധിക്കാൻ തുടങ്ങി എന്നു മാത്രം. തിരുത്താൻ ഇഷ്ടംപോലെ സമയമുണ്ടായിട്ടും, പ്രശ്നത്തെ വളരെ നിസ്സാരവല്ക്കരിച്ചതാണ് സ്ഥിതി ഇത്രയും വഷളാകാൻ ഇടയാക്കിയത്. പുകകോടയായിറങ്ങുന്നതുപോലെ അന്തരീക്ഷത്തിൽ വന്ന് മൂടിക്കെട്ടി നില്ക്കുന്ന കേവല അവസ്ഥ മാത്രമല്ല ഡൽഹിയിലെ വായു മലിനീകരണം. അത് മനസ്സിനെയും ശരീരത്തെയും ബാധിച്ച് മനുഷ്യനെ പൂർണ്ണമായും ക്രിമിനലാക്കി മാറ്റി നശിപ്പിക്കുകയും ഡൽഹിയെത്തന്നെ ഇല്ലാതാക്കുകയും ചെയ്യുന്ന ഒരു അവസ്ഥ കൂടിയാണ്. ഈ യാഥാർത്ഥ്യം തിരിച്ചറിഞ്ഞാൽ മാത്രമേ ഒരുപരിഹാരം കാണാനാകൂ. ചൈനയിലെ ഷിയാങ്ടെൻ (Xingtai) കഴിഞ്ഞാൽ ലോകത്ത് ഏറ്റവും കൂടുതൽ ആളുകൾ വായു ശുദ്ധീകരണ മുഖംമൂടി ധരിച്ച് പുറത്തിറങ്ങുന്ന നഗരം ഡൽഹിയല്ലാതെ മറ്റൊന്നില്ല. കല്ക്കത്ത, ബോംബെ തുടങ്ങി ഇന്ത്യയിലെ മറ്റു നഗരങ്ങളെ അപേക്ഷിച്ച് ഡൽഹിയിൽ വ്യവസായങ്ങൾ കുറവായിട്ടും ഇത്രയും രൂക്ഷമായ വായു മലിനീകരണം ഉണ്ടാകുന്നത് എന്തുകൊണ്ട്? ഡൽഹിയിൽ വർദ്ധിച്ചുവരുന്ന പഴയ കാറുകളാണ് ഈ ഒരു പ്രതിഭാസത്തിന് ഇടയാക്കിയതെന്ന് പറയുമ്പോൾ സർക്കാരിന്റെ തെറ്റായ വാഹന നയമാണ് കാരണം എന്നു കണ്ടെത്തും. സെക്കന്റ് ഹാന്റ് കാറുകൾ ഏറ്റവും കൂടുതൽ വിറ്റഴിക്കുന്ന ഡൽഹി തന്നെ അതിന്റെ മാലിന്യം പേറേണ്ടി വരുന്നു എന്ന സത്യം മനസ്സിലാക്കണം. ഇന്ത്യയിൽ ഏറ്റവും കൂടുതൽ കാറുകൾ ഉള്ളത് ഡൽഹിയിലാണ് – 21.67 ലക്ഷം. തൊട്ടുപി

ന്നിലുള്ള ബോംബെയിൽ 8.4 ലക്ഷം വാഹനങ്ങൾ മാത്രമേ ഉള്ളൂ. കടല മുട്ടായി വാങ്ങുന്നതുപോലെ ഏതു കുട്ടികൾക്കും പഴയ കാറുകൾ കിട്ടു മെന്ന അവസ്ഥ ഉണ്ടാക്കിയതുതന്നെ സർക്കാരാണ്. കാറിൽ നിന്നു കിട്ടുന്ന റോഡ് നികുതിക്കുവേണ്ടി അനുമതി നല്കിയ ഈ വിപണന തന്ത്രം ഇപ്പോൾ ബൂമറാങ് പോലെ സർക്കാരിന്റെ നേരെ തിരിച്ചുവരിക യാണ്. അതുകൊണ്ടുതന്നെയാണ് ബോംബെയുടെ മൂന്ന് ഇരട്ടിയോളം വരുന്ന വാഹനങ്ങൾ നമ്മുടെ തലസ്ഥാന നഗരിയെ ലോകത്ത് ജീവി ക്കാൻ പറ്റാത്ത പത്ത് നഗരങ്ങളിൽ ഒന്നാക്കി മാറ്റിയത്. ഈ സത്യം തിരിച്ചറിഞ്ഞതിനാലാണ് നമ്മുടെ ഹരിത കോടതി വായു മലിനീകരണ നിയന്ത്രണത്തിന് ചില ഗൈഡ്‌ലൈൻ സർക്കാരിന് നല്കിയത്. സർക്കാർ ഇതിനെയും അവഗണിച്ചു.

വാഹനങ്ങളുടെ പഴക്കത്തിന്റെ കാര്യത്തിൽ മറ്റൊരു തൂവൽ കൂടി ഡൽഹിക്കുണ്ട്. ഇവിടെ മുപ്പത് ശതമാനത്തോളം വാഹനങ്ങളും ഇരു പത് വർഷത്തിൽ കൂടുതൽ പഴയതാണ്. ജീവവായുവിന്റെ ജീവൻ കൊണ്ടുപോകുന്നതാണ് ഈ വാഹനങ്ങളിൽനിന്നു വരുന്ന മലിനീകര ണം. കാരണം പഴയ വാഹനങ്ങൾ പുതിയവയെ അപേക്ഷിച്ച് അഞ്ച് ഇരട്ടിയിൽ കൂടുതൽ മലിനീകരണം നടത്തുന്നു. ഒരാഴ്ച മുമ്പേ 15 വർഷം പഴക്കമുള്ള വാഹനങ്ങൾ നിരോധിച്ച് ഡൽഹി സർക്കാർ ഓർഡർ ഇട്ടെ ങ്കിലും ഒറ്റ പഴയ വാഹനംപോലും പിടിച്ചെടുത്ത് ലൈസൻസ് റദ്ദ് ചെയ്യാൻ കഴിഞ്ഞിട്ടില്ല. ദേശീയ ഹരിത ട്രിബ്യൂണൽ ഒറ്റ ഇരട്ട നമ്പർ വാഹന നയം കൊണ്ടുവരണമെന്ന് നിർദ്ദേശിച്ചെങ്കിലും ഡൽഹിയിൽ ജനങ്ങൾക്ക് ആവശ്യമായ പൊതു വാഹനം ഇല്ല എന്നുപറഞ്ഞു സർക്കാർ കോടതിയിൽ റിവ്യൂ പെറ്റീഷൻ കൊടുക്കാൻ പോകുകയാണ്. ഇതിൽ വേറെയൊരു തമാശയുണ്ട്. രണ്ട് വർഷം മുമ്പേ ഒറ്റ ഇരട്ട നമ്പർ വാഹനം ഇറക്കി വളരെ വിജയിച്ചെന്ന് പറഞ്ഞ കെജ്‌രിവാൾ തന്നെയാണ് ഇപ്പോൾ വേണ്ട എന്നുപറയുന്നത്. വായു മാലിന്യത്തിൽ ലോകത്തിൽ ഡൽഹിക്കുള്ള മോശം പേര് ഒഴിവാക്കാൻ സർക്കാർ ഒരു കുതന്ത്രം കാണിച്ചു. വാഹന മലിനീകരണം കൂടുന്നതനുസരിച്ച് വായു ഗുണനില വാര ഇൻഡക്സ് (Air Pollution Quality Index) ഇടയ്ക്കിടയ്ക്ക് മാറ്റം വരുത്തി യഥാർത്ഥത്തിലുള്ളതിനേക്കാൾ മലിനീകരണം കുറച്ചു രേഖ പ്പെടുത്തി. പ്രകൃതിയെ ജനങ്ങളെ വിഡ്ഢിയാക്കുന്നതുപോലെ പറ്റിക്കാൻ കഴിയില്ല. ഡൽഹിയിൽ പോയാൽ റോഡുകളിൽ തെളിയുന്ന എയർപൊ ല്യൂഷൻ മോണിറ്ററിൽ തെളിഞ്ഞുവരുന്നത് അപകടരഹിതമായ വായു മലിനീകരണത്തോത് ആയിരിക്കും. ഇത് ലോകം അംഗീകരിച്ച മാനദ ണ്ഡമല്ല. ചിക്കാഗോ എനർജി പോളിസി ഇൻസ്റ്റിറ്റ്യൂട്ട് ഉണ്ടാക്കിയ ചിക്കാഗോ യൂണിവേഴ്സിറ്റിയിലെ വായു ഗുണനിലവാര ലൈഫ് ഇൻഡക്സ് (University of Chicago's Energy Policy Institute) ഇന്ന് ലോകം മുഴുവൻ അംഗീകരിക്കപ്പെട്ടിട്ടുണ്ടെങ്കിലും ഇന്ത്യതന്നെ രൂപക ല്പന ചെയ്ത മാനദണ്ഡമാണ് ഉപയോഗിക്കുന്നത്. അതുകൊണ്ട്

ഡൽഹിയിൽ വായു മലിനീകരണത്തിന്റെ തോത് വർദ്ധിച്ചാൽ ജനങ്ങൾ അറിയില്ല. ശ്വാസംമുട്ടുമ്പോഴും രോഗം കലശലാകുമ്പോഴും മാത്രമേ വായു മലിനീകരണം വർദ്ധിച്ചതായി അറിയാൻ കഴിയൂ. ഇന്ത്യയിലെ ഏറ്റവും മലിനീകരണം കുറഞ്ഞ നഗരങ്ങളിൽപ്പെട്ട പത്തനംതിട്ട, പാലക്കാട്, വയനാട് നഗരങ്ങളിൽ താമസിച്ചാൽ ശരാശരി 75 വയസ്സ് വരെ ജീവിക്കേണ്ട ഒരാൾ ഡൽഹിയിൽ രണ്ടു വർഷം സ്ഥിരമായി താമസിച്ചാൽ ഒൻപത് വർഷം മുമ്പ് മരണപ്പെടും. അത്രയും മാരകമാണ് കാർബൺ മോണോക്സൈഡിന്റെയും കാർബൺ ഡൈ ഓക്സൈഡിന്റെയും ഓസോണിന്റെയും സാന്നിദ്ധ്യം ജീവവായുവിൽ. ഡൽഹിയിൽ ജീവിച്ചതിന്റെ ഫലമായി അദ്ദേഹത്തിന്റെ ആയുർദൈർഘ്യത്തിൽ ഒൻപത് വർഷത്തെ കുറവ് സംഭവിക്കും എന്നു ചുരുക്കം. ലോക ആരോഗ്യ സംഘടനയുടെ കണക്കനുസരിച്ച് 2.5 പി എം (10 $\mu g/m^3$) വരെയുള്ള സൂക്ഷ്മ പൊടിപടലങ്ങൾ അടങ്ങിയ വായു മലിനീകരണം അപകടകരമല്ല. ഈ അതിസൂക്ഷ്മ പൊടിപടലങ്ങൾ സുരക്ഷിതമാണ്. എന്നാൽ ഇന്ത്യ ഉണ്ടാക്കിയ കണക്കനുസരിച്ച് 2.5 പി എം (40 $\mu g/m^3$) ത്തിനപ്പുറത്തുള്ള അതി പൊടിപടലങ്ങൾ മാത്രമാണ് അപകടം. ഇന്ത്യ 2.5 പി എം (40 $\mu g/m^3$) അളവ് നിലനിർത്തുകയാണെങ്കിൽത്തന്നെ 74 വയസ്സുവരെ അയാൾക്ക് ജീവിക്കാം. സ്വയം ഉണ്ടാക്കിയ മാനദണ്ഡം പോലും നിലനിർത്താൻ ഡൽഹിക്കു കഴിയുന്നില്ല എന്നു ചുരുക്കം. അതായത് ഒരു വർഷം മാത്രമേ കുറയൂ. മുമ്പ് പറഞ്ഞ 75 വയസ്സ് ശരാശരി ആയുർദൈർഘ്യമുള്ള ഒരാൾ 66 വയസ്സിൽ മരണപ്പെടുന്ന അവസ്ഥയാണ് ഇപ്പോൾ ഡൽഹിക്കുള്ളത്. ഇതുപോലും കഴിയുന്നില്ല ഡൽഹിക്ക്. മലിനീകരണം അതിൽ പോലും നിലനിർത്താൻ കഴിഞ്ഞില്ല.

മറ്റു നഗരത്തെ അപേക്ഷിച്ച് ഡൽഹിയിൽ ഗ്രൗണ്ട്ലെവൽ ഓസോണിന്റെ അളവ് ഓരോ വർഷവും വർദ്ധിച്ചുവരുന്നുണ്ട്. ഡീസൽ വാഹനങ്ങളുടെ എണ്ണത്തിലുള്ള വർദ്ധനവാണ് ഡൽഹിയിലെ മാലിന്യം രൂക്ഷമാക്കിയത് എന്ന് പൊലൂഷൻ മോണിറ്ററി ബോഡി തന്നെ പറഞ്ഞിട്ടുണ്ട്. മറ്റു സംസ്ഥാനങ്ങളെ അപേക്ഷിച്ച് 34 ശതമാനം ഡീസൽ വാഹനങ്ങൾ ഡൽഹിയിൽ ഉണ്ട്. 24 പെട്രോൾ വാഹനങ്ങൾ ഓടിയാൽ മാത്രമേ ഒരു ഡീസൽ വാഹനം പുറന്തള്ളുന്ന മാലിന്യം പുറന്തള്ളുന്നുള്ളൂ. അതുപോലെ ഒരു ഡീസൽ കാർ മാത്രം 84 സി എൻ ജി വാഹനം ഉല്പാദിപ്പിക്കുന്ന വിഷവാതകം പുറന്തള്ളുന്നുണ്ട്. എന്നിട്ടും ഡീസൽ വാഹനങ്ങളുടെ വില്പനയിൽ നിയന്ത്രണം കൊണ്ടുവരാത്ത ഡൽഹി മുഖ്യമന്ത്രിക്ക് മോദിയുടെ പോലെ ഇന്ധനക്കമ്പനികളുമായുള്ള അവിഹിത ബന്ധമാണെന്ന് സംശയിക്കേണ്ടിവന്നാൽ തെറ്റാണെന്ന് പറയാൻ പറ്റില്ല.

ഡൽഹിയിൽ വായു മാലിന്യം പരസ്പരം കാണാൻ പറ്റാതെ വാഹനം പരസ്പരം കൂട്ടിയിടിക്കുന്ന സ്ഥിതിവിശേഷം ഉണ്ടാക്കുന്നതായിട്ടാണ് എല്ലാ മാധ്യമങ്ങളും ഉയർത്തിക്കാട്ടുന്നത്. ഇത് തെറ്റാണ്. ഗൗര

വമായ മാനസിക ശാരീരിക ആരോഗ്യപ്രശ്നങ്ങളാണ് അമിത വായു മലിനീകരണം ഉയർത്തുന്നത്. സ്വഭാവ രൂപീകരണം മുതൽ നമ്മുടെ ആരോഗ്യം, കുടുംബ ബഡ്ജറ്റ്, കാലാവസ്ഥ, ജൈവ വൈവിദ്ധ്യത്തിന്റെ നിലനില്പ്, പക്ഷികളുടെയും മനുഷ്യന്റെയും കുടിയേറ്റം, ക്രിമിനൽ വാസന, ജനന വൈകല്യം, പൊണ്ണത്തടി, തൊഴിലാളികളുടെ കാര്യക്ഷമത, അതിർത്തിയിലെ ഇടയ്ക്കിടയ്ക്കുള്ള അസ്വാസ്ഥ്യം തുടങ്ങി നിരവധി ഘടകങ്ങളെ ദോഷകരമായി വായു മലിനീകരണം ബാധിക്കുന്നു എന്ന സത്യം നമുക്ക് ഇനിയും ബോദ്ധ്യപ്പെടാനുണ്ട്. ഡൽഹിയിൽ വർദ്ധിച്ചുവരുന്ന വായുമലിനീകരണവും വർദ്ധിച്ചു വരുന്ന ക്രിമിനൽ വാസനയും തമ്മിലുള്ള ബന്ധം പരിശോധിച്ചാൽ ഒരു പുതിയ ആശയം നമുക്ക് കിട്ടും. ഡൽഹിയിലെ തെളിവ് വച്ചു പരിശോധിച്ചാൽ ലോകത്ത് മുഴുവൻ വർദ്ധിച്ചുവരുന്ന ഹൈപ്പർടെൻഷന്റെയും വർദ്ധിച്ചുവരുന്ന വിവാഹ മോചനമടക്കമുള്ള കുടുംബപ്രശ്നങ്ങൾ കൂടാതെ ക്രിമിനൽ വാസനയുടെയും കാരണം കണ്ടെത്താൻ കഴിയും. വിവാഹമോചകരുടെ തലസ്ഥാനമെന്നാണ് ഡൽഹി അറിയപ്പെടുന്നത്. കുടുംബങ്ങൾക്കുള്ളിൽ വളരുന്ന അന്തർസംഘർഷങ്ങളും അസ്വസ്ഥതയും ഹൈപ്പർ ടെൻഷനും അവസാനം വിവാഹമോചനത്തിലേക്ക് എത്തിക്കുന്നു. ഈ മാനസിക അസ്വാസ്ഥ്യം വർദ്ധിക്കുമ്പോൾ വിവാഹമോചനം വർദ്ധിക്കുമെന്ന മനഃശാസ്ത്ര തത്ത്വം ശരിവെക്കുന്നതാണ് ഡൽഹിയിലെ ഉയർന്നുവരുന്ന വായു മലിനീകരണവും വർദ്ധിച്ചുവരുന്ന വിവാഹമോചനവും.

ഇന്ത്യയിൽ ഏറ്റവും കൂടുതൽ ക്രിമിനൽ നിരക്ക് ഉള്ള സിറ്റിയാണ് ഡൽഹി. അതായത് 16.2 ശതമാനം. ഡൽഹി കഴിഞ്ഞാൽ ഏറ്റവും കൂടുതൽ വായു മലിനീകരണം ഉള്ള ബോംബെ തന്നെയാണ് ക്രിമിനൽ നിരക്കിലും രണ്ടാം സ്ഥാനത്ത് - അതായത് 9.5 ശതമാനം. വായു മലിനീകരണത്തിൽ മൂന്നാം സ്ഥാനത്ത് - നില്ക്കുന്ന ബാംഗ്ലൂരിൽ ക്രിമിനൽ നിരക്ക് 8.1 ശതമാനമാണ്. ഇനി കേരളത്തിന്റെ സ്ഥിതി ഡൽഹിയുമായി താരതമ്യം ചെയ്താലും ഇതേ ഫലം തന്നെ കിട്ടും. മലിനവായുവിന്റെ സൂക്ഷ്മകണങ്ങളായ പി എം 2.5 ന്റെ അളവു വച്ചുനോക്കുമ്പോൾ ഇന്ത്യയിൽ ഏറ്റവും വായു മലിനമായ 35 നഗരങ്ങളിൽ കൊച്ചിക്ക് പ്രഥമസ്ഥാനമുണ്ട്. കേരളത്തിലെ ഈ ചെറു നഗരം ഡീസൽ വാഹനങ്ങളുടെ എണ്ണത്തിലും ട്രാഫിക് ജാമിലും മുൻനിരയിൽ നില്ക്കുന്നു. മലിനീകരണത്തിൽ മുൻനിരയിൽ നില്ക്കുന്ന കൊച്ചി തന്നെയാണ് ക്രൈം നിരക്കിൽ ഒന്നാം സ്ഥാനത്ത് എന്നത് ശ്രദ്ധേയമാണ്. ലക്ഷത്തിൽ 817.9 ആണ്. പുതിയ ക്രൈം നിരക്ക്. അതായത് വർദ്ധിച്ചുവരുന്ന വായു മലിനീകരണവും കുറ്റകൃത്യ നിരക്കിലുള്ള വർദ്ധനവും വളരെ നേരിട്ട് ബന്ധമുള്ളതായി കാണാം. ഡൽഹിയിലും കേരളത്തിലും വർദ്ധിച്ചുവരുന്ന കുറ്റകൃത്യങ്ങളും സ്ത്രീപീഡനവും അടക്കം വായുമലിനീകരണം കൊണ്ടുണ്ടാകുന്ന ഒരുതരം മാനസിക പ്രശ്നമായി മാത്രമേ കാണേണ്ടതുള്ളൂ എന്ന നിഗമനത്തിലാണ് ശാസ്ത്രലോകം എത്തിയത്. ശിക്ഷാ നിരക്ക് കഠിന

മാക്കിയിട്ടും ജനങ്ങളിൽ ക്രിമിനൽ വാസന വർദ്ധിച്ചുവരുന്നത്, കൂടിക്കൊണ്ടിരിക്കുന്ന വായു മലിനീകരണം കാരണമാണെന്ന് കാണാം. കുറ്റകൃത്യം ഒരു രോഗമായി കാണുമ്പോൾ കോടതിക്കും നിയമത്തിനും അപ്പുറം മനഃശാസ്ത്ര വിഭാഗം അടക്കമുള്ള ആരോഗ്യവകുപ്പിന് കാര്യമായ പങ്ക് വഹിക്കാൻ കഴിയും. ഡൽഹിയിലും കേരളത്തിലും നടക്കുന്ന കുറ്റകൃത്യങ്ങളുടെ 40 ശതമാനം മാർച്ച് മുതൽ മെയ് വരെയുള്ള ഉഷ്ണകാലത്താണ്. പൊലൂഷൻ പാർട്ടിക്കൾ ചൂടുപിടിച്ച് അന്തരീക്ഷത്തിലേക്ക് ഉയർന്നുപൊങ്ങി ശ്വാസകോശങ്ങളിലൂടെ ബ്രെയിനിനെ ബാധിക്കുമ്പോഴാണ് തിരിച്ചറിവ് നഷ്ടപ്പെടുന്നത്. കൊച്ചിയിലും കോഴിക്കോടും വർദ്ധിച്ചുവരുന്ന കുറ്റകൃത്യങ്ങൾ നമ്മുടെ കേരളം ഡൽഹിയാവാനുള്ള സൂചനകൾ ആണ് നല്കുന്നത്.

ഡൽഹിയിൽ ഇപ്പോൾ സ്വീകരിച്ച നടപടി കൂടാതെ എന്തു ചെയ്യാൻ കഴിയും? പണമുള്ളവർക്ക് ഇഷ്ടംപോലെ ഏതുതരം വാഹനവും വാങ്ങുന്നതിനും പൊതുസ്വത്തായ വായുവിനെ മലിനമാക്കാൻ അനുവദിക്കുന്ന സൗകര്യം എടുത്തു മാറ്റണം. ഇഷ്ടാനുസരണം ഡീസൽ കത്തിക്കാനുള്ള അവസരം മാറ്റിയെടുക്കണം. അതിന് ഓരോ വ്യക്തിയുടെയും ആധാർ കാർഡുമായി ലിങ്ക് ചെയ്ത് വാഹന ഉടമകൾക്ക് മാത്രം ഡീസൽ വില്പന പരിമിതപ്പെടുത്തുക. വില്പനയിൽ റേഷനിങ് കൊണ്ടുവന്നാൽ ഇന്നത്തെ വായു മാലിന്യം 30 ശതമാനത്തോളം കുറയ്ക്കാം. ഇന്ത്യയിൽ എവിടെ നിന്നു വാങ്ങിയാലും കാർഡിൽ രേഖപ്പെടുത്തുന്ന ആധാർ ഡീസൽ റേഷനിങ് വരുന്നതോടുകൂടി പണം ഉണ്ടെന്നു കരുതി എത്രയും ഡീസൽ വാങ്ങാം എന്നുള്ള ഇന്നത്തെ സ്ഥിതി മാറിക്കിട്ടും.

ഓസോൺ വിസർജ്ജനം ഇന്നത്തേതിന്റെ 10 ശതമനമായി കുറയ്ക്കുന്നതിനുവേണ്ടി ബി എസ് (Barath Stage 6) വാഹനങ്ങൾക്ക് കഴിയും. നിലവിലെ എല്ലാ വാഹനങ്ങളും ബി എസ് 6 വരുന്നതുവരെ ആധാർ ഡീസൽ റേഷനിങ് (Adhar Diesel Rationing ADR) സമ്പ്രദായം തുടരുമ്പോൾ തന്നെ വ്യത്യാസം കണ്ടുതുടങ്ങും. ബി എസ് 6 വാഹനങ്ങൾക്ക് ചെലവ് കൂടും. നിലവിലുള്ള വാഹന ഉടമകൾക്ക് ധനസഹായം നല്കണം. ഇതിനുവേണ്ടി നാം അന്താരാഷ്ട്ര നിയമത്തിന്റെ ഭാഗമായി ഇന്ത്യയിൽ രൂപീകരിച്ച ഹരിതനിധി (Green Fund)യിലെ പണം സബ്സിഡിയായി നല്കിയാൽ ഗ്രീൻ ഫണ്ടിന്റെ ഉദ്ദേശം നടക്കുക മാത്രമല്ല, ഡൽഹിയിലെ വാഹന മലിനീകരണം കുറയുകയും ചെയ്യും. ഈ നിധിയിലെ പണം ഹരിത വികസനമല്ലാത്ത മറ്റ് ആവശ്യങ്ങൾക്ക് ഇപ്പോൾ വകമാറ്റി ചെലവഴിക്കാനാണ് ഉദ്ദേശിക്കുന്നത്.

മാത്രമല്ല സാമ്പത്തിക മാന്ദ്യം മറികടക്കുന്നതിനുവേണ്ടി 50000 ലക്ഷം കോടി രൂപ വികസന പ്രവർത്തനം വഴി വിപണിയിലേക്ക് ഇറക്കുവാനാണ് സർക്കാർ ഉദ്ദേശിക്കുന്നത്. ബി എസ് 6 വാഹനങ്ങളിലേക്ക് ഈ പണം ഉപയോഗിക്കുകയാണെങ്കിൽ സമ്പദ് ഘടന ത്വരിതപ്പെടുക മാത്രമല്ല വായു മലിനീകരണം കുറയ്ക്കുകയും ചെയ്യാം. ഇത് പാരീസ് കരാറിനോട് ചെയ്യുന്ന ഒരു ധാർമ്മികതയും കൂടിയായിരിക്കും.

ഓസോൺ പാളി ശോഷണം തടയൽ ഇന്ത്യയുടെ പങ്ക് നിർണ്ണായകം

അതിര് കാക്കുന്ന പട്ടാളക്കാരെപ്പോലെ നമ്മുടെ ഭൂമിയിലെ സകല ജീവജാലങ്ങൾക്കും സംരക്ഷണം നല്കുന്ന ഓസോൺപാളിയെ ഓർക്കാനൊരുദിനം. അന്തരീക്ഷപാളിയായ സ്ട്രാറ്റോസ്ഫിയറിലാണ് 90% ഓസോൺ വാതകവും കാണുന്നത്. മറ്റു വാതകങ്ങളുമായി താരതമ്യം ചെയ്യുമ്പോൾ ഒരു ശതമാനത്തിൽ കുറവ് മാത്രമുള്ള ഈയൊരു വാതകം ഭൂമിയിലുള്ള എല്ലാതരം ജീവികൾക്കും സംരക്ഷണം നല്കുന്ന ഒരു ഹരിതകുടയാണ്. ഓക്സിജന്റെ മൂന്ന് തന്മാത്രകൾ മാത്രമുള്ള ഈ വാതകം, അന്തരീക്ഷവാതകത്തിന്റെ മില്യന്റെ 0.6 പാർട്ട് മാത്രമാണെങ്കിലും ഭൂമിയിലുള്ള സകല ജീവജാലങ്ങളെയും ഒരു കുട ഉയർത്തി സംരക്ഷിക്കുന്നതുപോലെ സൂര്യനിൽ നിന്നുവരുന്ന മാരക വാതകങ്ങളായ അൾട്രാവയലറ്റ് കിരണത്തിൽനിന്നും രക്ഷിക്കുന്നു. ഇവ ഭൗമാന്തരീക്ഷത്തിൽ 9 മുതൽ 22 മൈൽ (15 മുതൽ 35 കിലോമീറ്റർ) മുകളിലുള്ള അന്തരീക്ഷത്തിന്റെ മറ്റൊരു പാളിയായ സ്ട്രാറ്റോസ്ഫിയറിൽ തങ്ങിനില്ക്കുന്നത് ഭൂമിയുടെ രക്ഷയ്ക്കായാണ്. സൂര്യകിരണം പുറത്തുവിടുന്ന മാരകമായ അൾട്രാവയലറ്റ് രശ്മികൾ 97 മുതൽ 99 ശതമാനം വരെ വലിച്ചെടുക്കാനുള്ള കഴിവ് ഈ പാളിക്കുണ്ട്. ഓസോണിന്റെ ഓരോ സ്ഥലത്തെയും സാന്നിദ്ധ്യം കാറ്റിന്റെ ഒഴുക്കിനനുസരിച്ചാണ് നിർണ്ണയിക്കപ്പെടുന്നത്. ഭൂമിയുടെ തൊട്ടടുത്തുള്ള പാളിയായ ട്രോപ്പോസ്ഫിയറിൽ 10% മാത്രമേ ഓസോൺ കാണുന്നുള്ളൂ എന്നത് ഭൂമിക്ക് അനുഗ്രഹമാണ്. കാരണം ഓക്സിജന്റെ അളവ് കുറയാതെ നിലനില്ക്കേണ്ടത് ഭൂമിയുടെ ജീവന്റെ നിലനില്പിന് അത്യാവശ്യമാണ്. അന്റാർട്ടിക് തീരത്തുള്ള ആസ്ട്രേലിയ പോലുള്ള രാജ്യങ്ങളിൽ ഓസോണിന്റെ അളവ് കൂടുതൽ കാണുമെങ്കിലും, ഓസോണിനെ നശിപ്പിക്കുന്ന വാതകങ്ങളുടെ സാന്നിദ്ധ്യം രാജ്യത്തിലേക്ക് കൂടുതൽ അൾട്രാവയലറ്റ് കിരണങ്ങൾ വരുന്നതിനും

കാൻസർ പോലുള്ള രോഗങ്ങൾ വർദ്ധിക്കുന്നതിനും ഇടയാക്കുന്നു. പ്രഭാത സൂര്യനിൽനിന്ന് ലഭിക്കുന്ന ചൂടിൽനിന്ന് വിറ്റാമിൻ ഡി കൂടുതലായി ലഭിക്കുന്നുണ്ടെങ്കിലും ഓസോൺ വാതകത്തിന്റെ ചോർച്ച വഴിയുണ്ടാകുന്ന അൾട്രാവയലറ്റ് കിരണം ശരീരത്തിന് കൂടുതൽ ദോഷമാകുന്നുണ്ട് എന്ന സത്യം നാം മനസ്സിലാക്കേണ്ടതുണ്ട്. കാർബൺഡൈഓക്സൈഡ്, കാർബൺ മോണോക്സൈഡ്, ടെക്ട്രാ ക്ലോറാ കാർബൺ തുടങ്ങി മനുഷ്യന്റെ നിലനില്പിന് ഭീഷണിയുണ്ടാക്കുന്ന വാതകങ്ങളാണ് ഓസോൺ നാശത്തിന് കാരണമായിത്തീരുന്നത്. ഈ വാതകങ്ങളുടെ ഉല്പാദനവും അതുയർത്തുന്ന പരിസ്ഥിതി പ്രത്യാഘാതത്തെയും തടയുന്നതിനുവേണ്ടി ലോകത്തിലെ 24 രാജ്യങ്ങൾ 1987 ൽ സമ്മേളിച്ചുവെങ്കിലും 1994 സെപ്തംബർ 14 ന് മോൺട്രിയോ പെട്രോക്കോളിലെ സമ്മേളനത്തിലാണ് ഒരു കരാറായി മാറിയത്. ഭാവിയിൽ ക്ലോറോഫ്ളൂറോ കാർബണടക്കമുള്ള വാതകങ്ങൾ കുറയ്ക്കുന്നതിന് പരസ്പരം കരാറുകളുണ്ടാക്കുകയും ചെയ്തു. ഈ ദിനത്തിന്റെ ഓർമ്മയ്ക്കായി എല്ലാ വർഷവും സെപ്തംബർ 16-ാം തീയതി അന്താരാഷ്ട്ര ഓസോൺ ദിനമായി നാം ആചരിക്കാൻ തീരുമാനമെടുക്കുകയും ചെയ്തെങ്കിലും ഈ ദിവസത്തിന്റെ പ്രാധാന്യത്തെപ്പറ്റി സാധാരണക്കാർക്ക് അറിയുന്നില്ല എന്നതാണ് വാസ്തവം.

സൂര്യന്റെ രശ്മികൾക്ക് ഇത്രയേറെ അപകടകരമായ ഒരു കാലഘട്ടമുണ്ടായിട്ടില്ല. 290 വരെ കുറവുള്ള അൾട്രാവയലറ്റ് കിരണങ്ങളെ പൂർണ്ണമായും വലിച്ചെടുക്കുന്ന ഓസോൺപാളി നഷ്ടപ്പെടുന്നത് ഈ പരിസ്ഥിതി വ്യതിയാനത്തിന് കാരണമായിട്ടുണ്ട്. തൊലിയുടെ ഊഷ്മാവ് പെട്ടെന്ന് താഴുന്നതുകൊണ്ട് വലിയ അപകടമില്ലെങ്കിലും അന്തരീക്ഷത്തിലെ അമിത ഊർജ്ജം ഹാർട്ടിനെ ബാധിക്കുന്നത് 15 മുതൽ 20 മിനിറ്റ് വരെ സമയത്തിന് ശേഷമാണ്, സൂര്യതാപം ഏറ്റുമരിക്കുന്നവരുടെ എണ്ണം കൂടുകയും ഹൃദയത്തിന്റെ വാൽവ് ചുരുങ്ങി കുഴഞ്ഞുവീഴുന്നവരുടെ എണ്ണം കൂടുന്നതും ഓസോൺ പാളിയിലുണ്ടായിട്ടുള്ള വിടവിന്റെ ഫലമായി ഭൂമിയിൽ പതിക്കുന്ന അൾട്രാവയലറ്റ് കിരണങ്ങളാണ്. സൂര്യനിൽ നിന്നുവരുന്ന അൾട്രാവയലറ്റ് രശ്മികൾ പ്രഷറിൽ മാറ്റമുണ്ടാക്കുകയും, ചെറിയ വെയിൽപോലും കൊള്ളാനാവാതെ കുഴഞ്ഞുവീഴുകയും ചെയ്യുന്നത് ഓസോൺ കണങ്ങളിലുണ്ടായ പരിസ്ഥിതി പ്രത്യാഘാതം കൊണ്ടാണെന്ന് വർദ്ധിച്ചുവരുന്ന അമ്ലമഴയും ആരോഗ്യപ്രശ്നങ്ങളും കാൻസറുകളും ഹാർട്ട് അറ്റാക്കും അന്തരീക്ഷത്തിൽ വന്നിട്ടുള്ള മാറ്റത്തിന്റെ ഫലമാണെന്ന് പഠനത്തിൽ തെളിയിക്കപ്പെട്ടിട്ടുണ്ടെങ്കിലും സാധാരണക്കാരായ ആളുകൾ ഇവ മനസ്സിലാക്കാതെ പോകുന്നുണ്ട് എന്ന് ഓർക്കാനുള്ള ഒരു ദിനമാണ് ഓസോൺ ദിനം. 1975 ൽ ഫ്രഞ്ച് ഊർജ്ജ തന്ത്രജ്ഞൻ ചാൾസ് ബെറി ഡസൺ കണക്കിന് ഓസോണിനെ നശിപ്പിക്കുന്ന വാതകങ്ങൾ അന്തരീക്ഷത്തിൽ വർദ്ധിച്ചുവരുന്നതായി കണ്ടെത്തുകയും ഇതിന്റെ പ്രവർത്തനത്തെ നിരീക്ഷിക്കുന്ന നിരവധി പരീക്ഷണങ്ങൾ നടത്തുകയും ചെയ്തു. ഭീമമായ തോതിൽ വർദ്ധിച്ചുവരുന്ന ക്ലോറോ

ഫ്ളൂറോ കാർബണാണ് ഓസോണിനെ നശിപ്പിക്കുന്നതെന്നും ഇത് തടയേണ്ടത് വൻകിട വ്യവസായ രാജ്യങ്ങളാണെന്നും അദ്ദേഹം കണ്ടെത്തി. വ്യവസായ രാജ്യങ്ങൾക്ക്, പ്രത്യേകിച്ച് ചൈന, അമേരിക്ക തുടങ്ങി വൻതോതിൽ മാലിന്യം വിസർജ്ജിക്കുന്ന രാഷ്ട്രങ്ങൾക്ക് ഒരു മുന്നറിയിപ്പു കൂടിയായി ഈയൊരു പഠനം. ഇദ്ദേഹം ഗ്രീൻലാന്റിന്റെ മഞ്ഞുകളിൽ കുടുങ്ങിക്കിടക്കുന്ന കുമിളകളെയും നമ്മുടെ സാധാരണ വായുകുമിളകളെയും പഠിക്കുകയും അതിന്റെ വ്യത്യാസം കണ്ടെത്തുകയും ചെയ്തു. അന്റാർട്ടിക്കയിൽനിന്ന് പുതുതായി കണ്ടെത്തിയ ഈ വാതകം വരുന്നത് വൻകിട വ്യവസായശാലകൾ പുറന്തള്ളുന്ന വിഷലിപ്ത വാതകങ്ങളായ ക്ലോറോ-ഫ്ളൂറോ കാർബൺ ടെട്രോക്സൈഡ് തുടങ്ങിയവയാണ്.

യാതൊരു വ്യവസായങ്ങളുമില്ലാത്ത അന്റാർട്ടിക്കയിൽ അവിടെയുള്ള ഓസോൺ പാളികളെ നശിപ്പിക്കുന്ന 7400 ഓളം പുതിയ രാസപദാർത്ഥങ്ങൾ കണ്ടെത്തുകയും ചെയ്തു. 1970, 75 കാലഘട്ടത്തിൽ വളരെ ദൃഢവും, ശക്തമായും നിന്നിരുന്ന ഓസോണിന് 2006 ആവുമ്പോഴേക്കും വലിയ ദ്വാരങ്ങളുണ്ടാക്കി മാരകമായ അൾട്രാവയലറ്റ് രശ്മികൾ ഭൂമിയിൽ പതിക്കുന്നതിന് ഇടയാക്കുകയും ഇതിന്റെ ഫലമായി ചെറുകിട, വൻകിട രാജ്യങ്ങളോ എന്ന് വ്യത്യാസമില്ലാതെ എല്ലാ രാജ്യങ്ങൾക്കും തുല്യമായി കാലാവസ്ഥാവ്യതിയാനം എന്ന പരിസ്ഥിതി വിശേഷം സംജാതമായി. 2006 ൽ അന്റാർട്ടിക്കയിൽ 26.6 മയിൽ സ്ക്വയർ കിലോമീറ്ററോളം ഓസോൺ പാളിയിൽ വിള്ളലുണ്ടാക്കുകയും ചെയ്തു. കാർബണിന്റെ 7000 മടങ്ങ് ശക്തിയുള്ള സി എസ് സി ഒരു ശതമാനം കൂടുമ്പോൾ 10 ശതമാനം വരെ ഭൂമിയിൽ നാശം വർദ്ധിക്കുന്നു എന്നു കണക്കാക്കിയിട്ടുണ്ട്. രണ്ട് ശതമാനം അൾട്രാവയലറ്റ് രശ്മികൾ ഭൂമിയിൽ പതിക്കുമ്പോൾ അതിന്റെ അഞ്ചിരട്ടിയോളം ജീവജാലങ്ങൾക്ക് നാശം സംഭവിക്കുമെന്നാണ് കണക്കാക്കപ്പെട്ടിട്ടുള്ളത്.

സി എഫ് സിയുടെ ദൂഷ്യഫലങ്ങൾ അനുഭവിക്കുന്നത് ഇന്ത്യ, ബംഗ്ലാദേശ്, പാകിസ്ഥാൻ, ചൈന തുടങ്ങിയ വ്യവസായവൽകൃതമല്ലാത്ത ചെറുകിട രാജ്യങ്ങളാണ്. ഓസോൺ പാളി നശിക്കുമ്പോൾ ഉണ്ടാകുന്ന അമിതമായ റേഡിയേഷൻ അന്തരീക്ഷത്തിൽ ഉഷ്ണം വർദ്ധിപ്പിക്കുകയും, ജീവജാലങ്ങളുടെ ഊഷ്മാവ് കുറഞ്ഞ് സൂര്യാഘാതം പോലെയുള്ള മാരകരോഗങ്ങൾ വന്ന് സാധാരണക്കാരായ ആളുകൾ മരിച്ചുവീഴുകയും ചെയ്യുന്നു. എഴുപത് ശതമാനത്തിൽ കൂടുതൽ സൂര്യാഘാതത്തിന്റെ ഫലമായി നശിക്കുന്നത് ഇടത്തരക്കാരും, വയലുകളിലും, കൃഷിസ്ഥലങ്ങളിലും ജോലി ചെയ്യുന്ന സാധാരണക്കാരാണ്. തിമിംഗലവും മറ്റ് നാടൻ മത്സ്യങ്ങളും ഭക്ഷണമായി ഉപയോഗിക്കുന്നത് പ്ലാങ്ടണിനെയാണ്. ഈ ഭക്ഷ്യധാന്യത്തിന്റെ നാശം തിമിംഗലത്തിന്റെ നിലനില്പിനെയും മറ്റു മത്സ്യങ്ങളുടെ ലഭ്യതയെയും ബാധിക്കുകയും കടലിന്റെ ജൈവവ്യവസ്ഥിതി തകിടം മറിയുകയും ചെയ്യുന്നു. ആസ്ട്രേലിയയിൽ ജനങ്ങളിൽ കണ്ടുവരുന്ന വർദ്ധിച്ചുവരുന്ന ക്യാൻസർ രോഗം അൾട്രാവയലറ്റ് കിര

ണത്തിന്റെ ഫലമായുണ്ടാകുന്നതാണെന്ന് തെളിയിക്കപ്പെട്ടിട്ടുണ്ട്. ആസ്ട്രേലിയക്ക് മുകളിൽ മാത്രം 1960 ന് ശേഷം 5 മുതൽ 10 ശതമാനം വരെ ഓസോൺ കുറഞ്ഞതായി കണ്ടെത്തി. ലോകത്തിൽ ഏറ്റവും കൂടുതൽ സ്കിൻ ക്യാൻസർ ഉള്ള രാജ്യം ആസ്ട്രേലിയ ആണെന്നത് അവിടത്തെ ജനങ്ങളുടെ നേർമ്മയുള്ള തൊലിയും അതിന്റെ പ്രത്യേകതയും ആണ്.

ഓസോൺ ശോചക വസ്തുക്കളുടെ ഉല്പാദനം നാം വിചാരിച്ചാലും കുറയ്ക്കാൻ പറ്റും. വീടിനുള്ളിൽ ഉപയോഗിക്കുന്ന എ സിയിൽനിന്നും, റഫ്രിജറേറ്ററിൽനിന്നും ആണ് പ്രധാനമായും ഓസോൺ ശോഷക വാതകങ്ങൾ പുറന്തള്ളപ്പെടുന്നത്. വീടിനുള്ളിൽ എയർകണ്ടീഷന്റെ ഉപയോഗം കുറയ്ക്കുകയും, എയർകണ്ടീഷൻ ആവശ്യമുള്ള സമയത്ത് മാത്രം ഉപയോഗിക്കുകയും, നമ്മുടെ ആവശ്യത്തിനനുസരിച്ച് മാത്രം എയർകണ്ടീഷൻ റൂം ക്രമീകരിക്കുകയും നമുക്ക് ചെയ്യാവുന്ന കാര്യങ്ങളാണ്. റഫ്രിജറേറ്ററിൽനിന്നും ഇത്തരം ഓസോൺ ശോഷകവാതകങ്ങൾ ധാരാളം പുറത്തുവരുന്നുണ്ട്. എനർജി റേറ്റിങ് കുറവുള്ള എ സിയുടെ ഉപയോഗം പ്രകൃതിക്ക് ഗുണം ചെയ്യുകയും ഓസോൺ ശോഷകവാതകങ്ങളുടെ ഉല്പാദനം കുറയ്ക്കുകയും ചെയ്യുന്നു. നമ്മുടെ റഫ്രിജറേറ്ററിന്റെ ഉപയോഗം കുറച്ചാൽ കറണ്ട് ബിൽ മാത്രമല്ല, നാം പ്രകൃതിയെ സംരക്ഷിക്കുകയും കൂടിയാണ് ചെയ്യുന്നത്. ഇന്ന് നാം ഏതെങ്കിലും ഒരു ടെക്നീഷ്യനെ വിളിച്ചാണ് എ സിയും ഫ്രിഡ്ജുമെല്ലാം നന്നാക്കുന്നത്. ഇത്തരം വസ്തുക്കൾ കൈകാര്യം ചെയ്യുന്നതിന് ലൈസൻസ് കിട്ടിയിട്ടുള്ളതുമായ ആളുകളെ ഉപയോഗിക്കുമ്പോൾ ഇവയിൽ നിന്ന് ലീക്ക് വരുന്ന ഓക്സിജൻ ശോഷകവാതകങ്ങളെ നിയന്ത്രിക്കാനും പരിസ്ഥിതിയെ സംരക്ഷിക്കാനും കഴിയും. പഴയ റഫ്രിജറേറ്റർ ഉപയോഗിക്കാതെ പുതിയതും, കൂടുതൽ വൈദ്യുതി ഉപയോഗിക്കാത്തതുമായ റഫ്രിജറേറ്ററും, എയർകണ്ടീഷനും നമ്മുടെ കറണ്ട് ബിൽ കുറയ്ക്കുക മാത്രമല്ല, വരും തലമുറയോടും പ്രകൃതിയോടും ചെയ്യുന്ന നമ്മുടെ ഒരു ഉത്തരവാദിത്വമായിരിക്കും.

നമുക്ക് ഉഷ്ണമുണ്ടാക്കുന്നതും, അന്തരീക്ഷത്തിലുണ്ടാകുന്ന റേഡിയേഷൻ വർദ്ധിച്ചതുകൊണ്ടാണ്. ഇവ വർദ്ധിച്ചതു തന്നെ ഓസോൺ ശോഷണത്തിന്റെ ഫലമായി അൾട്രാവയലറ്റ് രശ്മികൾ കൂടുതൽ എത്തിച്ചേരുകയും ഭൂമിയെ ചൂടാക്കി മാറ്റുകയും ചെയ്യുന്നു. ഇങ്ങനെയുണ്ടാകുന്ന ഉഷ്ണം കുറയ്ക്കുന്നതിനു വേണ്ടി നാം വീണ്ടും ഓസോൺ ശോഷക വസ്തുക്കളുടെ പിന്നാലെ പോകുമ്പോൾ അന്തരീക്ഷത്തിൽ ധാരാളം ഓസോൺ പാളികളുണ്ടാവുകയും ഇത് കൂടുതൽ സ്ഥിതി വഷളാക്കുകയും ചെയ്യുന്നു. സോപ്പ്, ഇൻസുലേറ്റിങ് ഫോംസ് മുതലായവ ഓസോൺ ശോഷകവസ്തുക്കൾ വർദ്ധിപ്പിക്കുന്നു. ഇവയുടെ ഉപയോഗവും കുറയ്ക്കുന്നത് നമ്മുടെ പ്രകൃതിയോട് ചെയ്യുന്ന ഏറ്റവും വലിയ ഉത്തരവാദിത്വമായിരിക്കും.

പരിസ്ഥിതി വിരുദ്ധം, കേന്ദ്ര ഊർജ്ജ നയം

ആഗോള കാലാവസ്ഥാ കരാറിന്റെ ഒരു പ്രധാന ഭാഗം തന്നെയാണ് ഊർജ്ജ സംരക്ഷണ നയം. ഈ കരാർ നടപ്പാക്കുന്നതിന്റെ മുന്നോടിയായി പരിഷ്കരിക്കേണ്ട ഒരു നയമാണിത്. പരമ്പരാഗത ഊർജ്ജ സ്രോതസ്സിന് (കല്ക്കരി, പെട്രോളിയം, ജലവൈദ്യുത പദ്ധതികൾ, ആണവോർജ്ജം തുടങ്ങിയവ) അമിതമായി പ്രാധാന്യം കൊടുക്കുന്ന ഒരു ആഗോള ഊർജ്ജ നയമാണ് 1980 നുശേഷം നടപ്പാക്കിക്കൊണ്ടിരിക്കുന്നത്. വൻ വ്യവസായ രാജ്യങ്ങൾ പുറന്തള്ളുന്ന ജൈവ ഇന്ധന വാതകങ്ങൾ തടയുന്നതിന് ആവശ്യമായ ഒരു നയമാണ് ഊർജ്ജ സംരക്ഷണ നയം. ഇന്ത്യയുടെ ഈ നയം പാരീസ് കാലാവസ്ഥാ കരാറിൽ നാം നല്കിയിട്ടുള്ള ഉറപ്പിന് നേരെ വിപരീതമാണ്. അതായത് പരമ്പരാഗത ഊർജ്ജ സ്രോതസ്സിൽ അമിതമായ ആശ്രിതത്വം കുറയ്ക്കുന്നതിനുവേണ്ടി ഈ കരാർ ഒപ്പിട്ടതിനുശേഷവും നമുക്ക് ഒന്നും ചെയ്യാൻ കഴിഞ്ഞിട്ടില്ല. ഏറ്റവും ചെലവുകുറഞ്ഞതും വിതരണം ചെയ്യാൻ എളുപ്പവുമായ പരമ്പരാഗത ഊർജ്ജസ്രോതസ്സിന് കൂടുതൽ പണം നിക്ഷേപിക്കുമ്പോൾ പരിസ്ഥിതിയെ നശിപ്പിക്കുന്ന മാരകമായ വിഷവാതകങ്ങൾ അന്തരീക്ഷത്തിൽ എത്തിച്ചേരും എന്നുള്ള ബോദ്ധ്യമുണ്ടായിട്ടും അവ തടയുന്നതിന് യാതൊരു നയവും കേന്ദ്രസർക്കാർ സ്വീകരിച്ചിട്ടില്ല.

1991 ഡിസംബർ 14 നാണ് അന്താരാഷ്ട്ര ഊർജ്ജ സംരക്ഷണദിനമായി നാം ആചരിക്കാൻ തുടങ്ങിയത്. നിർമ്മാണ വ്യവസായങ്ങൾ ഉപയോഗപ്പെടുത്തുന്ന ഊർജ്ജം കുറഞ്ഞ ചെലവിൽ കൂടുതൽ കാര്യക്ഷമമാക്കി നടത്തുന്നതിന് വേണ്ടി നാഷണൽ എനർജി കൺസർവേഷൻ ആക്ട് കൊണ്ടുവന്നെങ്കിലും ഇതിന്റെ അടിസ്ഥാന ലക്ഷ്യങ്ങൾ മാറ്റം വരുത്തേണ്ട ഘട്ടം വന്നിട്ടും ഒന്നും ചെയ്തിട്ടില്ല. 1991 കാലഘട്ടത്തിൽ

ഊർജ്ജസംരക്ഷണം എന്നാൽ ഊർജ്ജ വിഭവങ്ങൾ ഫലപ്രദമായും കാര്യക്ഷമമായും ഉപയോഗപ്പെടുത്തുക എന്നു മാത്രമായിരുന്നു ലക്ഷ്യം. എന്നാൽ അമിത ഊർജ്ജ ഉല്പാദനം പ്രത്യേകിച്ചും പരമ്പരാഗത മേഖല (കല്ക്കരി, ആണവോർജ്ജം, പ്രകൃതിവാതകം, പെട്രോളിയം, ഡീസൽ)യിൽനിന്ന് ഉല്പാദിപ്പിക്കുന്നതോടുകൂടി പരിസ്ഥിതി മലിനീകരണം വരുന്നത് തടയാൻ ഈ ആക്ടിൽ യാതൊരു ഭേദഗതിയും ഇന്നേവരെ നടപ്പാക്കിയിട്ടില്ല. ഊർജ്ജസംരക്ഷണം എന്നതുകൊണ്ട് ഉദ്ദേശിക്കുന്നത് ഫലപ്രദമായി ഊർജ്ജ വിഭവങ്ങളെ ഉപയോഗപ്പെടുത്തുക എന്നതിന് പകരം പരിസ്ഥിതി സംരക്ഷിക്കുന്ന രീതിയിൽ ഊർജ്ജവിഭവങ്ങളെ ഖനനവും വിതരണവും നിയന്ത്രിക്കുക എന്നതാക്കി മാറ്റേണ്ടതുണ്ട്. കഴിഞ്ഞ പാരീസ് കരാറിൽ നരേന്ദ്രമോദി സർക്കാർ തന്നെ ആണയിട്ട് പറഞ്ഞതാണ് ആഗോളതാപനം രണ്ട് ശതമാനമായി നിലനിർത്തുന്ന രീതിയിൽ പരമ്പരാഗത ഊർജ്ജസ്രോതസ്സുകളിൽനിന്നുള്ള ഊർജ്ജ ഉല്പാദനം നിയന്ത്രിക്കുമെന്ന്. എന്നാൽ അധികം താമസിയാതെതന്നെ വായു മലിനീകരണത്തിന്റെ ഏറ്റവും പ്രധാന സ്രോതസ്സുകളിലൊന്നായ കല്ക്കരിയുടെ ഉപഭോഗം വർദ്ധിക്കുന്നതിനുവേണ്ടി നയപരമായ തീരുമാനമെടുത്തു. 2015 ൽ കല്ക്കരി ഖനികൾ ലേലത്തിൽ കൊടുക്കുന്നത് കോടതി തടഞ്ഞതാണ്. എന്നാൽ നിയമത്തിൽ മാറ്റം വരുത്തി 204 ഓളം കല്ക്കരി ഖനികൾ ലേലം നടത്തുന്നതിന് അനുമതി നല്കി. ഇതുവഴി ഏഴു ട്രില്യൺ രൂപയുടെ വരുമാനമുണ്ടാക്കുക എന്ന ലക്ഷ്യം മാത്രമാണ് സർക്കാരിനുണ്ടായിരുന്നത്. പാരീസ് കരാറിന്റെ ഭാഗമായി അന്താരാഷ്ട്ര സമൂഹത്തിന് സമർപ്പിച്ചിട്ടുള്ള എൻ ഡി സിയിൽ 2023 ആകുമ്പോഴേക്കും കല്ക്കരിയുടെ ഉപഭോഗം പത്ത് ശതമാനം കണ്ട് കുറയ്ക്കുമെന്ന് ഉറപ്പ് നല്കിയിരുന്നു. എന്നാൽ ഈ ഉറപ്പ് ലംഘിക്കുകയും 204 കല്ക്കരി ഖനികളിൽ 67 എണ്ണവും ലേലം ചെയ്ത് വില്ക്കുകയും അതിന്റെ ഫലമായുണ്ടാകുന്ന വായു മലിനീകരണത്തിന് ഇടവരുത്തുകയും ചെയ്തു. മൊത്തം ഊർജ്ജത്തിന്റെ 54 ശതമാനവും കല്ക്കരിയിൽനിന്നാണ് സംഭാവന ചെയ്യുന്നത്. ഇവയുടെ ഉപഭോഗം കുറച്ചുകൊണ്ട് പാരമ്പര്യേതര ഊർജ്ജ സ്രോതസ്സി (സൗരോർജ്ജം, കാറ്റിൽനിന്നുള്ള ഊർജ്ജം, തിരമാലയിൽനിന്നുള്ള ഊർജ്ജം, ബയോഗ്യാസ്) ലേക്ക് നിക്ഷേപം തിരിച്ചുവിടുന്നതിന് പകരം പരിസ്ഥിതിയെ ദോഷകരമായി ബാധിക്കുന്ന പരമ്പരാഗത ഊർജ്ജ നിക്ഷേപത്തിലേക്ക് കൂടുതൽ പണം നിക്ഷേപിച്ചു. ഈ ഊർജ്ജ നയവ്യതിയാനം ഡൽഹിയിൽ അടുത്ത കാലത്തുണ്ടായ അമിത വായുമലിനീകരണത്തിന് കാരണമായി എന്നുവേണം കരുതാൻ. ഇന്റർനാഷണൽ എനർജി ഏജൻസി കല്ക്കരിയുടെ ഉപഭോഗം അഞ്ച് ശതമാനം കണ്ട് വളർച്ച ഉദ്ദേശിക്കുന്നു. ആഗോള കാലാവസ്ഥ കരാർ ഒപ്പിട്ട രാജ്യങ്ങൾ ഈയൊരു നയത്തിൽനിന്ന് മാറുമ്പോൾ ചൈന, അമേരിക്ക അടക്കമുള്ള വ്യവസായ രാജ്യങ്ങൾ കല്ക്കരിയുടെ ഉപഭോഗം പത്ത് ശതമാനം കണ്ട് ഓരോ വർഷവും കുറയ്ക്കുന്നു. അതേസമയം, ഇന്ത്യ അവ

യുടെ ഉപഭോഗം ശരാശരി 15 ശതമാനം കണ്ട് വർദ്ധിപ്പിക്കുകയാണ് ചെയ്യുന്നത്. കൂടാതെ ഇന്തോനേഷ്യയിൽനിന്നും സൗത്ത് ആഫ്രിക്കയിൽനിന്നും കല്ക്കരി ഇറക്കുമതി ചെയ്യാൻ തയ്യാറായി. 1990 കാലത്തിൽ കല്ക്കരിയുടെ ഇറക്കുമതി പൂജ്യം ആയിരുന്നത് 2016 ആകുമ്പോഴേക്കും 23 ശതമാനമായി വർദ്ധിച്ചത് സർക്കാർ ഒപ്പിട്ട 2015 ലെ ആഗോള കാലാവസ്ഥാ കരാറിന് എതിരാണ്.

ജൈവ ഇന്ധനം ഉപയോഗിക്കുമ്പോഴുണ്ടാകുന്ന കാർബൺ വിസർജ്ജനം അമേരിക്കയും ചൈനയുമടക്കമുള്ള രാജ്യങ്ങളിൽ വൻതോതിൽ കുറയുമ്പോൾ ഇന്ത്യയിൽ 5.2 ശതമാനം ജൈവ ഇന്ധന ഉപയോഗം വർദ്ധിച്ചുവെന്നാണ് കണക്ക്. കാർബൺ വിസർജ്ജനം 2014 ന് ശേഷം വർദ്ധിച്ച ഒരേയൊരു രാഷ്ട്രമെന്ന പദവിയും ഇന്ത്യക്ക് ലഭിച്ചത് വഴിതെറ്റിയ ഊർജ്ജ നയത്തിന്റെ ഭാഗമാണ്. ഏറ്റവും കൂടുതൽ വായുമലിനീകരണം നടത്തുന്ന രാഷ്ട്രങ്ങളിൽപ്പോലും 0.7 ശതമാനം ജൈവ ഇന്ധന ഉപയോഗം കുറയ്ക്കാൻ കഴിഞ്ഞത് ആഗോള ഊർജ്ജ നയതന്ത്രത്തിന്റെ ഭാഗമായാണ്. ഇതൊന്നും ഇന്ത്യക്ക് ബാധകമല്ല. അതുകൊണ്ടുതന്നെയാണ് ലോകത്തിലെ വായുമലിനീകരണ സിറ്റികളിൽ 80 ശതമാനം ഇന്ത്യയിൽ കാണുന്നത്. 2014 മുതൽ സംഭവിച്ച പ്രതിഭാസമാണിത്. ഉയർന്ന സാമ്പത്തിക വികാസം കൈവരിക്കുന്നതോടൊപ്പം തന്നെ അളവിൽ കാർബൺ വിസർജ്ജനം കുറയ്ക്കുക എന്നത് ചൈനയുടെ ഊർജ്ജനയത്തിന്റെ ഭാഗമാണ്. വൈദ്യുതി ഉല്പാദന വേളയിൽ വിസർജ്ജിക്കപ്പെടുന്ന കാർബണിന്റെ അളവ് ഇന്ത്യയിൽ 2008 കാലത്ത് മൂന്ന് ശതമാനമായിരുന്നത് 2014 ആകുമ്പോഴേക്കും 8.2 ശതമാനമായി വർദ്ധിച്ചത് തെറ്റായ ഊർജ്ജ നയത്തിന്റെ ഫലമാണ്. ആഗോളതലത്തിൽ വൈദ്യുതി മേഖലയിൽനിന്ന് ഉല്പാദിക്കപ്പെടുന്ന കാർബൺ വെറും 0.5 ശതമാനമായിരിക്കുമ്പോഴാണ് ഇന്ത്യയിൽ ഈ ഭീമമായ വർദ്ധനവ് രേഖപ്പെടുത്തിയത്.

പെട്രോളിയം ഉപഭോഗം നിയന്ത്രിക്കുക എന്നതും ഊർജ്ജ നയത്തിന്റെ ഭാഗമാണ്. എന്നാൽ ആഗോള കാലാവസ്ഥാ കരാർ അംഗീകരിച്ചതിനുശേഷവും ഇന്ത്യയിൽ പെട്രോളിന്റെ ഉപഭോഗം ലോക ശരാശരിയേക്കാൾ 14 ശതമാനം കൂടിയത് ഈയൊരു കരാർ ലംഘനമായി മാത്രമേ കാണാനാവൂ. ഗതാഗതമേഖലയിലാണ് വൻ വായുമലിനീകരണം നടക്കുന്നത്. അതുകൊണ്ടുതന്നെ ഈ മേഖല സീറോ വെഹിക്കിൾ പൊല്യൂഷൻ എന്ന നയം നടപ്പാക്കിക്കൊണ്ട് ഇലക്ട്രോണിക് വാഹനങ്ങളിലേക്ക് മാറ്റപ്പെടുമ്പോഴാണ് ഇന്ത്യയിൽ ഇന്നും പെട്രോളിയം വാഹനങ്ങൾ വൻതോതിൽ ഉപയോഗിക്കുന്നത്. ഏറ്റവും കൂടുതൽ മലിനീകരണം നടക്കുന്ന ഡൽഹിയിൽ അന്തരീക്ഷത്തിൽ കാർബണോടുകൂടിയ മഞ്ഞുപാളി രൂപപ്പെട്ടതും പരസ്പരം തിരിച്ചറിയാത്ത വിധത്തിൽ അവയെക്കൊണ്ട് റോഡുകൾ മുങ്ങിപ്പോയതും ഗവൺമെന്റിന്റെ തെറ്റായ ഊർജ്ജ സംരക്ഷണ നയം കാരണമാണ്. ലോകത്ത് ഏറ്റവും കൂടുതൽ പെട്രോളും,

ഡീസലും ഉപയോഗിക്കുന്ന രാഷ്ട്രമാണ് ഇന്ത്യ, അതുകൊണ്ടുതന്നെ ഒപെക് രാഷ്ട്രങ്ങൾ അവരുടെ കമ്പോളമായാണ് ഇന്ത്യയെ കരുതുന്നത്. എല്ലാ രാഷ്ട്രങ്ങളിലും ഡീസലിന്റെയും പെട്രോളിന്റെയും ഉപഭോഗം കുറഞ്ഞതിന്റെ ഫലമായി അവയുടെ വില കുറയ്ക്കാൻ ഈ രാഷ്ട്രങ്ങൾ നിർബ്ബന്ധിതമാകുന്നു. എന്നാൽ അടിക്കടി ഇന്ത്യയിൽ പെട്രോളിയത്തിന്റെയും ഡീസലിന്റെയും വിലവർദ്ധനവ് ഊർജ്ജ നയത്തിൽ വന്നിട്ടുള്ള പാളിച്ചകൊണ്ടാണെന്ന് മാത്രമല്ല, വൻ പെട്രോളിയം കമ്പനികളുമായിട്ടുള്ള അവിഹിത കൂട്ടുകെട്ടുകൊണ്ടുകൂടിയാണെന്ന് പറയേണ്ടിവരും.

സീറോ എമിഷൻ വെഹിക്കിൾ ലോകത്താകമാനം വർദ്ധിക്കുകയാണ്. എന്നാൽ മോദി ഈ മാറ്റം വകവെക്കാതെ പെട്രോളിന്റെയും ഡീസലിന്റെയും ഉപഭോഗം വർദ്ധിപ്പിക്കുന്നതിന് നയപരമായ തീരുമാനം എടുത്തുകൊണ്ടിരിക്കുകയാണ്. ഇന്ത്യയിൽ അമ്പത് ശതമാനവും സീറോ എമിഷൻ വെഹിക്കിൾ വരുമ്പോൾ 2035 ആകുമ്പോഴേക്കും കാലാവസ്ഥാ കരാർ 2050 ൽ ഉദ്ദേശിച്ച കാര്യം നേടാൻ കഴിയും എന്നാൽ വിദഗ്ദ്ധർ പറയുന്നത്. 2022 ആകുമ്പോഴേക്കും പാരമ്പര്യേതര ഊർജ്ജ സ്രോതസ്സുകൾ ഉപയോഗിച്ച് 320 ജിഗാവാട്ട് വൈദ്യുതി ഉല്പാദിപ്പിക്കുമെന്ന് കാലാവസ്ഥാ കരാറിനോടനുബന്ധിച്ച് നല്കിയിട്ടുള്ള എൻ ഡി സിൽ പറഞ്ഞിട്ടുള്ളത് മിഥ്യാ വാഗ്ദാനമാണ്.

ആഗോള കാലാവസ്ഥാ കരാറിന്റെ ലക്ഷ്യം നേടുന്നതിന് ഊർജ്ജ നയം വളരെ പ്രധാനപ്പെട്ടതാണ്. അതുകൊണ്ടുതന്നെ നയപരമായ തീരുമാനം ഈ കാര്യത്തിൽ ഗവൺമെന്റ് സ്വീകരിച്ചിട്ടില്ലെങ്കിൽ ലോക രാഷ്ട്രങ്ങളിൽനിന്ന് ഇന്ത്യ ഒറ്റപ്പെടും. അതിനുള്ള സൂചനയാണ് അഞ്ചര ശതമാനം കാർബൺ ഡൈ ഓക്സൈഡ് വിസർജ്ജനം ഇന്ത്യയിൽ കൂടിയപ്പോൾ ചൈനയും, അമേരിക്കയുമടക്കമുള്ള വിദേശരാഷ്ട്രങ്ങൾ അതിനെ അപലപിച്ചത്. നയങ്ങൾ തിരുത്തി മുന്നേറുകയാണെങ്കിൽ പുതിയൊരു ലോകസൃഷ്ടിക്കായി ശ്രമിക്കുന്ന ഇന്ത്യക്ക് ലോകത്തിന്റെ അംഗീകാരം ലഭിക്കും.

അട്ടപ്പാടി മോഡൽ വരൾച്ച: കേരളം പിന്തുടരേണ്ടത് ഡോ. രാജേന്ദ്ര സിങ്ങിന്റെ ജലസംരക്ഷണ മാതൃക

ആയിരം അടിയോളം കുഴിച്ച് നെല്ലിപ്പടി എത്തിയിട്ടും ഒരു തുള്ളി വെള്ളം പോലും കാണാനാവാതെ വരൾച്ചയുടെ നെരിപ്പോടിൽ പൊരിയുകയാണ് പാലക്കാട്ടെ അട്ടപ്പാടി. മാർച്ച്, ഏപ്രിൽ മാസത്തിൽ അനുഭപ്പെടേണ്ട വരൾച്ചയും കൃഷിനാശവും വളരെ നേരത്തെ അതായത് ഒക്ടോബർ മാസത്തോടുകൂടി എത്തിയത് വരാനിരിക്കുന്ന വരൾച്ചാ ദുരന്തത്തിന്റെ ഒരു സൂചനയാണ്. പശ്ചിമഘട്ട മലനിരകൾക്ക് തൊട്ടുതാഴെ കിടക്കുന്ന ഈ പ്രദേശം ഉയർന്ന ഭൂഗർഭ ജലനിരപ്പും നല്ല കാലാവസ്ഥയുംകൊണ്ട് അനുഗൃഹീതമാവേണ്ട സ്ഥലമാണ്. അത്യുഷ്ണവും വരൾച്ചയും ജൈവവൈവിദ്ധ്യ തകർച്ചയും മറ്റു ജില്ലകളെ അപേക്ഷിച്ച് എന്തുകൊണ്ട് കൂടുതലായി എന്നന്വേഷിക്കുമ്പോൾ മാത്രമെ അവ പരിഹരിക്കാനുള്ള മാർഗ്ഗം കണ്ടെത്താൻ കഴിയൂ. കേരളത്തിൽ ശരാശരി 3065 മില്ലി മീറ്ററോളം മഴ ലഭിക്കുമ്പോൾ പാലക്കാട്ടെ അട്ടപ്പാടിയിൽ ആയിരം മില്ലിമീറ്ററിൽ കുറഞ്ഞ നിരക്കിൽ മാത്രം മഴ ലഭിക്കുന്നത് ജൈവവൈവിദ്ധ്യങ്ങളിൽ ഒന്നുമാത്രം. ഇന്ത്യയിൽ ലഭിക്കുന്ന ശരാശരി മഴ (885 മില്ലിമീറ്ററിലും കുറവ്) യാണ് പ്രകൃതിരമണീയമായ ഈ പ്രദേശത്ത് ലഭിക്കുന്നത്. ഇതെന്തുകൊണ്ട് സംഭവിക്കുന്നു?

ജലവിതാനം കുറഞ്ഞ ഭൂപ്രദേശവും ഭൂമിയുടെ ഘടനാപരമായ വൈവിദ്ധ്യവും അശാസ്ത്രീയമായി നിർമ്മിച്ച തടയണയും ഈയൊരു വൈരുദ്ധ്യം വർദ്ധിക്കുന്നതിന് ഇടവരുത്തി എന്നുവേണം കരുതാൻ പശിമയുള്ള മണ്ണിന്റെ അളവ് കൂടുതൽ കാണുന്ന സ്ഥലമാണ് അട്ടപ്പാടി. മറ്റു സ്ഥലങ്ങളിൽനിന്നും ജലം ഭൂഅറയിലേക്ക് കിനിഞ്ഞിറങ്ങുന്നത് 300 മുതൽ 600 മില്ലമീറ്റാകുമ്പോൾ അട്ടപ്പാടി, അഗളി തുടങ്ങിയ പ്രദേശങ്ങളിൽ ഒരു മില്ലി മീറ്റർ മാത്രമായി ചുരുങ്ങിയത് ഭൂഗർഭ ജലം കുറയു

ന്നതിന് ഇടവരുത്തി. 25000 ഓളം വരുന്ന അട്ടപ്പാടിയിലെ ആദിവാസികൾ ഉപയോഗിക്കുന്ന ജലം എടുക്കുന്നത് ശിരുവാണി, ഭവാനി തുടങ്ങിയ നദികളിൽനിന്നാണ്. ഈ നദികളിൽ വ്യാപകമായ തോതിൽ തടയണകൾ കെട്ടിയാണ് ജലത്തെ പല ആവശ്യങ്ങൾക്കും വേണ്ടി ഉപയോഗപ്പെടുത്തുന്നത്. ഇതിന്റെ ഫലമായി കൃഷി ആവശ്യത്തിനും മറ്റും തല്ക്കാലം ജലത്തെ തിരിച്ചുവിടാൻ കഴിയുന്നുവെങ്കിലും തടയണകൾ ജലം തടഞ്ഞുനിർത്തുന്നതുകാരണം ഒഴുക്ക് കുറയുകയും ഭവാനിപ്പുഴ കടലിൽ ചേരുന്ന ഭാഗം വരണ്ടതായിത്തീരുകയും ചെയ്യുന്നു.

കുത്തനെയുള്ള ഭൂമിയുടെ കിടപ്പ് തന്നെ പശ്ചിമഘട്ടത്തിൽ ലഭിക്കുന്ന മഴയുടെ വലിയ ശതമാനവും 48 മണിക്കൂറിനുള്ളിൽ കടലിലെത്തിച്ചേരുന്നു. സാധാരണ ഭൗമ ഉപരിതലത്തിലൂടെ ഒഴുകുന്ന ജലം മറ്റു പല ജലവാഹക കേന്ദ്രങ്ങളിലൂടെയും ഒഴുകി സമീപത്തുള്ള എല്ലാ ഭൂഗർഭ അറകളിലും വിതരണം ചെയ്തതിനുശേഷം മാത്രമേ കടലിൽ പതിക്കുന്നുള്ളൂ. ഇതിനു തന്നെ നാലഞ്ചു മാസം വേണ്ടിവരും. അതുകൊണ്ടു തന്നെ അട്ടപ്പാടി, അഗളി എന്നീ സ്ഥലങ്ങളിൽ തൂക്കായ ഭൂമിയും (സമുദ്രനിരപ്പിൽനിന്നും 200 മുതൽ 500 മീറ്റർ വരെ ഉയരത്തിൽ) ഭൂമിയുടെ ജലസേചന ശേഷിയും പശിമത കൂടുതലുള്ള മണ്ണും കാരണം പെയ്ത മഴയുടെ 90 ശതമാനവും കടലിലെത്തിപ്പെടുന്നതിന് ഇടവരുത്തുന്നു. ഇത് ഭൂഗർഭ അറകളിൽ ജലവിതാനം കുറയ്ക്കുകയും ജലക്ഷാമത്തിന് ഇടവരുത്തുകയുംചെയ്യുന്നു. നിലവിലുള്ള സാഹചര്യം അനുസരിച്ച് അട്ടപ്പാടിയിലൂടെ കടന്നുപോകുന്ന ഭവാനിപ്പുഴയുടെ (0.62 മില്യൺ ഹെക്ടർ- ഏകദേശം നദിയുടെ ഒൻപത് ശതമാനം) ജലസമൃദ്ധമായ ഭാഗത്ത് തടയണ (ചെക്ക് ഡാമുകൾ) നിർമ്മിച്ച് ജലം ഉപയോഗിക്കുന്നത്. ഈ തടയണകൾ വെള്ളത്തിന്റെ ഒഴുക്കിനെ തടയുകയും, കല്ലും പാറക്കഷണങ്ങളും മറ്റ് പശിമയുള്ള മണ്ണുകളും കുത്തിയൊലിച്ച് തടയണയ്ക്ക് ചുറ്റും കേന്ദ്രീകരണത്തിന് കാരണമാകുന്നു. മണ്ണ് സൃഷ്ടിക്കുന്ന ഈ തടസ്സം കാരണം ജലത്തിന്റെ നീരൊഴുക്ക് കുറയുകയും തടയണയ്ക്ക് ചുറ്റുമുള്ള പ്രദേശങ്ങളിലേക്ക് ജലം കിനിഞ്ഞിറങ്ങുന്നതിന് തടസ്സമായിത്തീരുകയും ചെയ്യുന്നു. അതുകൊണ്ടാണ് തടയണപ്രദേശത്തിന് അല്പം അകലെ കിടക്കുന്ന പമ്പ് ഹൗസിൽ പോലും വെള്ളം എത്തിപ്പെടാത്തത്.

ഹൈദരാബാദിൽനിന്നും കൊണ്ടുവന്ന ഉരുക്കു തടയണവരെ ഉപയോഗിച്ച് ജലം തടഞ്ഞുനിർത്തുകയും ആവശ്യമുള്ള ജലം കൃഷിസ്ഥലങ്ങളിലേക്ക് തിരിച്ചുവിടുകയും ചെയ്യുന്നു. പാലക്കാട് മാത്രമല്ല കേരളത്തിലുള്ള എല്ലാ സ്ഥലങ്ങളിലും ജലക്ഷാമ കാലത്ത് തടയണ കെട്ടിയാണ് ജലം സംരക്ഷിക്കുന്നത്. എന്നാൽ ഇതു താല്ക്കാലിക സംവിധാനം മാത്രമാണ്. ജലത്തിന്റെ സ്വാഭാവികമായ ഒഴുക്കിനെ കൃത്രിമമായി തടഞ്ഞ് ആവശ്യമുള്ള സ്ഥലങ്ങളിലേക്ക് തിരിച്ചുവിടുക എന്ന തന്ത്രമാണ് തടയണ വഴി നാം നടപ്പാക്കുന്നത്. പുഴയുടെ തീരത്തുള്ള എല്ലാ പഞ്ചായത്തുകളും സ്വന്തം നിലയ്ക്ക് തടയണ കെട്ടുന്നത് ജലത്തിന്റെ

സ്വാഭാവികമായ ഒഴുക്ക് നിലയ്ക്കുന്നതിനും ഇടവരുത്തുന്നു. ജലമൊഴുകി ഒരു പഞ്ചായത്തിലെ നാലും അഞ്ചും തടയണകൾ കഴിഞ്ഞ് അടുത്ത പഞ്ചായത്തിൽ ജലം എത്തുമ്പോൾ അവിടെ ശേഖരിക്കപ്പെടുന്ന ജലത്തിന്റെ അളവ് കുറയുകയും പഞ്ചായത്തുകൾ തമ്മിൽപ്പോലും അഭിപ്രായവ്യത്യാസം ഉണ്ടാവുകയും ചെയ്യുന്നു. ഭവാനി നദീതീരത്ത് പത്തു മുതൽ പതിനഞ്ചു വരെ തടയണകളുണ്ട്. ഇവ തരണം ചെയ്ത് ജലം അറബിക്കടലിൽ എത്തുമ്പോഴേക്കും ഒഴുക്ക് പൂർണ്ണമായും നിലച്ചിരിക്കും. ഒഴുകാത്ത നദി അവ മരിച്ചതിന് തുല്യമായിത്തീരുന്നു. തടയണകളിൽ ജലം കാണുന്നുവെങ്കിലും അതിനപ്പുറം 150 മീറ്ററിനുള്ളിൽ കിടക്കുന്ന പമ്പ് ഹൗസിൽ ജലം കുറയുന്നതെന്തുകൊണ്ട് എന്ന് ചിന്തിച്ചാൽ തടയണയുടെ ദോഷം ബോദ്ധ്യപ്പെടും. വെള്ളത്തിന്റെ ഒഴുക്ക് നിലച്ചാൽ പുഴ വെറും ഒരു ചതുപ്പുനിലമായി മാറുകയും അതിൽ കാടുകൾ വളരുകയും ചെയ്യുന്നു. ഇതാണ് 'തടയണക്കാടുകൾ' (Check Dam Forest). ജലം തടസ്സമില്ലാതെ ഒഴുക്കിന് വിധേയമാകുമ്പോൾ അവ ഭൂഗർഭ അറയിലേക്ക് കിനിഞ്ഞിറങ്ങുന്നത് കുറയുകയും അതിന് ചുറ്റുമുള്ള പ്രദേശങ്ങൾ തരിശായി കിടക്കുകയും ചെയ്യുന്നു. ഇത്തരം തീരപ്രദേശങ്ങളിൽ ജലസമ്മർദ്ദമേ അനുഭവപ്പെടുന്നുള്ളൂ. അതായത് ജലം വളരെ വേഗത്തിൽ ഒഴുകുമ്പോൾ അവ വലിച്ചെടുക്കുന്നതിനും സംഭരിച്ച് വെക്കുന്നതിനുള്ള കഴിവ് കുറയുന്നു. നേരെ മറിച്ച് ജലം നിശ്ചലമായി നില്ക്കുമ്പോൾ ഭൂമി ജലാംശമടങ്ങിയതാവുകയും ചെയ്യുന്നു. തടയണ കെട്ടിയ പുഴയിലെ ഒഴുക്കിന്റെ വേഗത അനുസരിച്ചായിരിക്കും അതിൽനിന്നും കിനിഞ്ഞിറങ്ങുന്ന ഭൂതല അറകളിലെ ജലത്തിന്റെ അളവ് ഈ ജലത്തിന്റെ അളവ്. കൂടുന്നതനുസരിച്ച് (ജലത്തിന്റെ ഒഴുക്ക് കുറയുന്നതിനനുസരിച്ച്) പുഴയോരത്ത് ധാരാളം കുറ്റിച്ചെടികളും കാടുകളും മരങ്ങളും ഉണ്ടാകുന്നു. ഈ ജല പ്രവാഹം ഹൈഡ്രോളിക് മാസ് ഡെൻസിറ്റി രൂപാന്തരപ്പെടുത്തുന്നതിനും ഇടവരുത്തുന്നു. കാട് വളരുന്നതിനാവശ്യമായിട്ടുള്ള സാഹചര്യം ഉണ്ടാവുകയും ചെയ്യുന്നു. ഈയൊരു പ്രവണത തിരിച്ചറിയുമ്പോൾ മാത്രമേ തടയണ നിർമ്മാണത്തിലെ അശാസ്ത്രീയത ബോദ്ധ്യപ്പെടുകയുള്ളൂ.

തൃത്താലയിൽ പുഴയുടെ തീരത്ത് വൻ കരിമ്പിൻകൂട്ടവും മുളക്കൂട്ടവും വളർന്നുവരികയും തടയണകളിലേക്ക് പ്രവേശിക്കാൻ പറ്റാതായിത്തീരുകയും ചെയ്തു. അതുപോലെ കല്ലമ്പലത്തിൽ നാവായിക്കുളം ഗ്രാമപഞ്ചായത്തിലെ കുണ്ടുമണൽക്കാവിലെ തടയണയ്ക്ക് ചുറ്റും കാടുപിടിച്ചിരിക്കുകയും തടയണയിൽനിന്നും വെള്ളം പാടത്തേക്ക് ഇറക്കാൻ പറ്റാതാവുകയും ചെയ്തത് ഉദ്ദേശിച്ചതിലും വിപരീതഫലമുണ്ടാക്കി. ബാലുശ്ശേരി, പനങ്ങാട് കൊട്ടനട പുഴയ്ക്ക് കുറുകെ നിർമ്മിച്ച തടയണ പുഴയുടെ നാശത്തിന് തന്നെ കാരണമാവുന്നു. ഈ പുഴയുടെ പകുതി ഭാഗവും കാടാണ്. തടയണ വന്നതോടുകൂടി അതിനപ്പുറമുള്ള പ്രദേശത്തേക്ക് വെള്ളം കിനിഞ്ഞിറങ്ങുന്നത് നില്ക്കുകയും സമീപത്തുള്ള

ഒരിക്കലും വെള്ളം വറ്റാത്ത കല്ലുവെട്ടുകുഴിയിൽപ്പോലും വെള്ളം വറ്റിവരണ്ടു. ഭൂതത്താൻ കെട്ടിലെ ഇരുമ്പുഷട്ടറുകൾക്കുള്ളിൽ ഒരു നദി കുടുങ്ങിയതോടുകൂടി അതിന്റെ ഉപയോഗം നഷ്ടപ്പെടുകയും ചെയ്തത് നാട്ടുകാർക്ക് അറിയാവുന്ന കാര്യമാണ്. എല്ലാകാലത്തും രൂക്ഷമായ ജലക്ഷാമം വന്നാൽ തടയണ കെട്ടുക എന്നത് ഒരു രാഷ്ട്രീയ ആവശ്യവും കൂടി ആയിരിക്കുകയാണ്. ഇത് ജലത്തിന്റെ സ്വാഭാവിക അളവ് പുഴയിൽ നിലനിർത്തുന്നതിന് സഹായിക്കുക എന്ന് മാത്രമല്ല, തടയണകൾ വളരെ കാലത്തോളം നിലനില്ക്കുന്ന സാഹചര്യങ്ങളിൽ അതിനു ചുറ്റുമുള്ള പ്രദേശങ്ങളിൽ ചളികളുടെയും ചളികൾ കുന്നുകൂടുകയും അതുപോലെതന്നെ ജലത്തിനടിയിൽ ചരലുകൾകൊണ്ടും മറ്റ് ജൈവ അവശിഷ്ടങ്ങൾ കൊണ്ടും ചെറിയ ദ്വീപ് പോലെയുള്ള സ്ഥലങ്ങൾ രൂപാന്തരപ്പെടുകയും ചെയ്യുന്നു. വയനാട്ടിലെ ചാണയത്തുകൊല്ലിയിൽ ആറു മീറ്റർ ഉയരത്തിൽ പ്ലാസ്റ്റിക് ചാക്കുകൾ കൊണ്ട് തടയണ ഉണ്ടാക്കിയിട്ടുണ്ട്. ഈ പ്ലാസ്റ്റിക്കുകൾ ഒഴുകിവരുന്ന മലിനജലത്തിലെ രാസപദാർത്ഥവുമായി ചേർന്ന് പ്രതിപ്രവർത്തിക്കുകയും പ്ലാസ്റ്റിക്കിൽനിന്ന് ഡയോക്സിൻ വേർതിരിഞ്ഞ് ജലം കൂടുതൽ വിഷലിപ്തമാക്കുകയും ഇത് മാരകമായ കാൻസർ പോലുള്ള രോഗങ്ങൾക്ക് ഇടവരുത്തുകയും ചെയ്യുന്നു.

അട്ടപ്പാടിയിലെ ആദിവാസി ക്ഷേമത്തിന് ജപ്പാനിൽനിന്നും 219 കോടിയോളം ധനസഹായം സ്വീകരിച്ച് പുഴ നവീകരണത്തിനും തടയണ നിർമ്മാണത്തിനും മുടക്കിയെങ്കിലും അവയിൽനിന്ന് കാര്യമായി മെച്ചമുണ്ടാക്കാൻ കഴിഞ്ഞില്ല. വൻ നിക്ഷേപം നടത്തിയ ഭവാനി, ശിരുവാനി, കൊട്ടലമത്തോട്, നെല്ലിയാമ്പതി തുടങ്ങി പുഴകൾ വറ്റി വരളുകയും പുഴയുടെ തീരത്തും പുഴയിലും തടയണക്കാടുകൾ വളരുകയും ചെയ്തു. അട്ടപ്പാടി ഹിൽ ഏരിയ ഡെവലപ്മെന്റ് സൊസൈറ്റിയുടെ സഹായത്തോടെ രൂപീകരിച്ച ജലനിധി പദ്ധതി വഴി രൂപീകരിച്ച തടയണകൾ ഒന്നും തന്നെ പ്രവർത്തിക്കുന്നില്ല എന്നു മാത്രമല്ല പുഴയോരങ്ങൾ കാടുപിടിച്ച് ആളുകൾക്ക് പ്രവേശിക്കാൻ പറ്റാതായിത്തീരുകയും ചെയ്തു.

വെള്ളത്തിന്റെ ഒഴുക്ക് സ്ഥിരമായി നിലനിർത്തുന്നതോടൊപ്പംതന്നെ ജലസംഭരണികളിൽ ജലം എത്തിക്കുന്നതിനുള്ള സംവിധാനമാണ് നാം സ്വീകരിക്കേണ്ടത്. 150 മുതൽ 200 ഓളം തടയണകൾ കേരളത്തിലുണ്ട്. താല്ക്കാലികമായി ഇവ ഗുണം ചെയ്യുമെങ്കിലും നാലുമുതൽ അഞ്ചുവർഷത്തിനുള്ളിൽത്തന്നെ ജലത്തിന്റെ ഓക്സിജൻ അളവ് കുറയുകയും ജൈവികത നഷ്ടപ്പെട്ട് ജീവികൾക്ക് നിലനില്ക്കാനാവാതെ വരികയും ചെയ്യുന്നു. ഇവിടെയാണ് ജലമനുഷ്യൻ എന്നു പേരുകേട്ട ഡോ. രാജേന്ദ്രസിങ്ങിന്റെ ആശയത്തിന്റെ പ്രസക്തി നാം തിരിച്ചറിയേണ്ടത്. രാജസ്ഥാനിലെ ഏഴു നദികളെ പുനരുജ്ജീവിപ്പിച്ച് ആയിരത്തോളം പഞ്ചായത്തുകളിലുള്ള ആളുകൾക്ക് എല്ലാ കാലത്തും കുടിവെള്ളം എത്തിക്കുകയും ചെയ്ത ഈ മനുഷ്യന്റെ ജലസംരക്ഷണ മാർഗ്ഗം ലോകത്തിനു തന്നെ മാതൃകയാണ്. നദികളുടെ ഒഴുക്ക് തടഞ്ഞ് അതിന്റെ

ജീവൻ നഷ്ടപ്പെടുത്തുന്ന ഒരു മാർഗ്ഗവും അദ്ദേഹം സ്വീകരിക്കുന്നില്ല. നദികൾക്ക് ചുറ്റുമുള്ള പ്രദേശത്ത് വൻ ജലസംഭരണികൾ നിർമ്മിച്ച് അതിലേക്ക് മഴക്കാലത്ത് ആ ഗ്രാമപ്രദേശത്ത് പെയ്യുന്ന മഴയുടെ വലിയൊരു ഭാഗവും ഓവുകൾ വഴിയും പമ്പുകൾ വഴിയും എത്തിക്കുന്നു. 'ജൊഹാദ്സ്' (Johads) എന്ന പേരിലുള്ള ഈ കലുങ്കുകൾ കോൺക്രീറ്റ് കൊണ്ടും മണൽകൊണ്ടും ഉണ്ടാക്കിയ വലിയ ജലസംഭരണികളാണ്. അനാവശ്യമായി കടലുകളിൽ എത്തുന്ന മഴവെള്ളത്തെ കരയിൽ വെച്ചു തന്നെ അദ്ദേഹം ഈ ജലസംഭരണികളിൽ എത്തിക്കുകയും അവ കിനിഞ്ഞിറങ്ങി പുഴയെ ജീവസ്സുറ്റതാക്കുകയും ചെയ്യുന്നു. നദികളെ മാത്രമല്ല, ആ പ്രദേശത്തെ കിണറുകളെയും കുളങ്ങളെയും ഈ ജലസംഭരണികളിൽനിന്ന് ജലം എത്തിപ്പെടുന്നതോടുകൂടി അവയ്ക്കും പുതുജീവൻ നല്കാൻ കഴിയും. പരമ്പരാഗതമായ ജലസംരക്ഷണ മാർഗ്ഗം ഉപയോഗപ്പെടുത്തി 8600 ഓളം ജൊഹാദുകൾ ഗ്രാമീണരുടെ സഹായത്തോടുകൂടി അദ്ദേഹം നിർമ്മിച്ചു. 6500 സ്ക്വയർ കിലോമീറ്ററോളം വ്യാപിച്ചു കിടക്കുന്ന ഈ ജൊഹാദുകൾ 1985 മുതൽ 2007 വരെയുള്ള കാലഘട്ടത്തിൽ കടുത്ത വേനൽ അനുഭവപ്പെടുന്ന കാലത്തുപോലും ഇന്ത്യയിൽ ഏറ്റവും കൂടുതൽ മഴ ലഭിക്കുന്ന സ്ഥലത്തേക്കാൾ കൂടുതലായി ഭൂജലവിതാനനിരക്ക് രാജസ്ഥാനിൽ ഉയർത്താൻ കഴിഞ്ഞു. 2001 ൽ അദ്ദേഹത്തെ തേടി രാം മാക്സസെ അവാർഡ് വരെയെത്തി. ഇത്തരത്തിലുള്ള 20 ജൊഹാദ്സുകളെ നിർമ്മിക്കുകവഴി ഒരു നദിക്ക് ജീവൻ നല്കാനാവും. ഈ ജൊഹാദുകൾ വഴി ഭൂഅറകളിലെ ജലനിരപ്പ് 13 ആയിരുന്നത് 100 മീറ്ററായി ഉയർത്താൻ കഴിഞ്ഞത് ജലസംഭരണ ചരിത്രത്തിലെ വൻ നേട്ടമായിട്ടാണ് ലോകം കാണുന്നത്. കൃഷി 5 മടങ്ങ് വർദ്ധിക്കുകയും ആളുകളുടെ വരുമാനം ഇരട്ടിയാവുകയും ചെയ്തു. തരുൺ ഭാരത് സംഘ് (ടി ബി എസ്) എന്ന സംഘടനവഴി ഗ്രാമത്തിലെ എല്ലാ ജനങ്ങളെയും കൂട്ടിയോജിപ്പിച്ചുകൊണ്ട് നടത്തിയിട്ടുള്ള ഇദ്ദേഹത്തിന്റെ പ്രവർത്തനത്തിന് പരിസ്ഥിതിയുടെ നോബൽ സമ്മാനം എന്നറിയപ്പെടുന്ന സ്റ്റോക്ക്ഹോം വാട്ടർ പ്രൈസ് ഇദ്ദേഹത്തെ തേടിയെത്തി.

ഇദ്ദേഹത്തിന്റെ ജലസംരക്ഷണ മാർഗ്ഗം ഉപയോഗിച്ചുകൊണ്ട് കേരളത്തിലെ നിർജ്ജീവമായിക്കിടക്കുന്ന പല നദികളുടെയും ഒഴുക്ക് വർദ്ധിപ്പിക്കുകയും അവയെ ജീവസ്സുറ്റതാക്കിത്തീർക്കുകയും ചെയ്യാം. രാജസ്ഥാനിൽ കേരളത്തേക്കാൾ കുറവ് മഴയാണ് ലഭിക്കുന്നത്. ആയിരം മുതൽ 2000 മില്ലിമീറ്റർ കുറവ് മഴ മാത്രമേ ലഭിക്കുന്നുള്ളൂവെങ്കിലും ഈ ജലമനുഷ്യന്റെ പഞ്ചായത്തുകളിൽ എല്ലാക്കാലത്തും ശുദ്ധമായ കുടിവെള്ളം ലഭിക്കുകയും ശരിയായ തോതിൽ ജലത്തിന് നീരൊഴുക്ക് ഉണ്ടാവുകയും ചെയ്യുന്നു. കേരളത്തിൽ 55 ഓളം ജലസംഭരണികളും ആയിരത്തോളം വരുന്ന തടയണകളും 50445 ഓളം കുളങ്ങളും ഒൻപത് ശുദ്ധജല തടാകങ്ങളും 70 ലക്ഷത്തിലേറെ കിണറുകളും ഉണ്ട്. ഇതിൽ കുടിക്കാനാവശ്യമായ ജലത്തിന്റെ 80 ശതമാനവും കൈവശം വച്ചിരിക്കുന്നത് സ്വകാര്യ

വ്യക്തികളാണ്. വേനല്ക്കാലം വരുകയും വരൾച്ച രൂക്ഷമാവുകയും ചെയ്യുമ്പോൾ ശുദ്ധജലത്തിനായി ജനങ്ങൾ നെട്ടോട്ടമോടുന്നു. എന്നാൽ ചില സ്വകാര്യ വ്യക്തികൾ കൈവശം വെച്ചിരിക്കുന്ന കിണറുകളിലെ ജലം അവർ ഒരു സാമ്പത്തിക ചരക്കായി ഉപയോഗിക്കുകയും വില്പന നടത്തുകയും ചെയ്യുന്നത് കഴിഞ്ഞ വരൾച്ചക്കാലത്ത് കണ്ടതാണ്. ജലം ഒരു പൊതുസ്വത്താണ്. അത് എല്ലാവർക്കും അവകാശപ്പെടാവുന്നതാണ്. അതുകൊണ്ടുതന്നെ എല്ലാ കിണറുകളിലെയും കുളങ്ങളിലെയും മറ്റുജലസംഭരണികളിലെയും ജലം ഒരു പൊതുസ്വത്തായി പ്രഖ്യാപിക്കുകയും അതിലെ ജലം സാമ്പത്തിക മെച്ചത്തോടുകൂടി വിതരണം നടത്തുന്നത് തടയുന്നതിനുള്ള സംവിധാനം കേരള സർക്കാർ ഉണ്ടാക്കണം. ചില പഞ്ചായത്തുകളിൽ ജാതിമതം നോക്കി മാത്രം ജലം കൊടുക്കുന്ന സമ്പ്രദായം ഉണ്ടായിട്ടുണ്ട്. വെള്ളം കിട്ടാത്തതിന്റെ പേരിൽ പലപ്പോഴും സംഘർഷങ്ങൾ തന്നെ ഉണ്ടായിട്ടുണ്ട്. ഇവ ഒരു പൊതുസ്വത്തായി പ്രഖ്യാപിക്കുന്നതോടുകൂടി ജലക്ഷാമം വരുമ്പോൾ മിച്ചമുള്ള ജലസംഭരണികളിൽനിന്നും വെള്ളം എടുക്കുന്നതിനുള്ള അവസരമുണ്ടാവുകയും അത് വരൾച്ചാ ദുരിതം കുറയുകയും ചെയ്യുന്നു.

തടയണകൾ നിർമ്മിക്കുന്നതിന് പകരം വലിയ ജലസംഭരണ കലുങ്കുകൾ നിർമ്മിക്കുന്നതിനാവശ്യമായ ധനസഹായം കർഷകർക്ക് നല്കുകയും അതോടുകൂടി സർക്കാർ സ്വന്തം ചെലവിൽ വലിയ ജൊഹാദുകൾ സൃഷ്ടിക്കുകയും ചെയ്താൽ ജലക്ഷാമമില്ലാത്ത ഒരു കേരളത്തെ നമുക്കുണ്ടാക്കാം.

കർഷക ആത്മഹത്യ: പ്രതി ആഗോള താപനവും ഭരണകൂട ചൂഷണവും

ഇന്ത്യയിൽ വർദ്ധിച്ചുവരുന്ന കർഷക ആത്മഹത്യാനിരക്കിനെപ്പറ്റി കാലിഫോർണിയ യൂണിവേഴ്സിറ്റിയിലെ തമ്മ എ കാർലട്ടൻ (Tamma A Carleton) നടത്തിയ പഠനം അതിശയിപ്പിക്കുന്ന വിവരങ്ങളാണ് പുറത്തുവിട്ടത്. ഒന്ന്, കർഷക ആത്മഹത്യ കൂടുതൽ നടക്കുന്ന രാജ്യം മാത്രമല്ല വർദ്ധിച്ചുവരുന്ന ആഗോളതാപനിരക്കും കർഷകരുടെ ആത്മഹത്യാനിരക്കിലുള്ള വർദ്ധനവും തമ്മിലുള്ള ബന്ധം വളരെ കൂടുതലുള്ള രാജ്യവും കൂടിയാണ് ഇന്ത്യ. രണ്ട്, കാർഷിക ഉല്പന്നങ്ങളുടെ വൈവിദ്ധ്യവല്ക്കരണത്തിന്റെ (Diversification of Agricultural Product) ഫലമായി വന്നുചേർന്ന വർദ്ധിച്ച ദേശീയ വരുമാനത്തിന്റെയും തൊഴിലവസരങ്ങളുടെയും പങ്ക് ഇതുവരെയും കർഷകർക്ക് നല്കാത്ത ഒരു രാജ്യവും കൂടിയാണ്. മാത്രമല്ല അദ്ധ്വാനത്തിന്റെ പ്രതിഫലം ലഭിക്കാത്തതിൽ പ്രതിഷേധിക്കാനാവാതെ അവസാനം ആത്മഹത്യയിൽ അഭയം പ്രാപിക്കുന്നവരാണ് ഇന്ത്യയിലെ കർഷകർ.

ഇതിൽ ആദ്യത്തേത് കർഷകരെ അവഗണിച്ചതുകൊണ്ടുള്ള പ്രശ്നമാണ്. കാലാവസ്ഥാ വ്യതിയാനം വരുത്തുന്ന അത്യുഷ്ണം, വരൾച്ച, അതുപോലെ വെള്ളപ്പൊക്കം, ശക്തമായ കാറ്റ്, പ്രകൃതിക്ഷോഭം തുടങ്ങിയവ കൃഷിയെ നശിപ്പിക്കുമ്പോൾ ആവശ്യമായ സഹായം നല്കാത്ത സർക്കാർ. കാർഷികവായ്പ തിരിച്ചടയ്ക്കാൻ പറ്റാതായി കടം വർദ്ധിച്ച് കർഷകർ ആത്മഹത്യ ചെയ്യുന്നു. കാർലട്ടിന്റെ കണക്കുപ്രകാരം കഴിഞ്ഞ മൂന്ന് ദശകത്തിൽ 59700 കർഷകർ ആത്മഹത്യ ചെയ്തതിൽ 35 ശതമാനവും 2014 ന് ശേഷമാണ്. ഇത് ഔദ്യോഗിക കണക്കുമാത്രം. അരി, ചോളം, ഗോതമ്പ്, സോയാബിൻ തുടങ്ങിയ വിളകൾ കൃഷി ചെയ്തവരാണ് കാലാവസ്ഥാ വ്യതിയാനം ഏറ്റവും ദോഷകരമായി ബാധിച്ച്

ആത്മഹത്യ ചെയ്തവരിൽ ഭൂരിഭാഗവും. നാഷണൽ ക്രൈം റിക്കാർഡ് ബ്യൂറോയുടെ കണക്കനുസരിച്ചുള്ള മറ്റൊരു ചിത്രമാണ് നമുക്കു കിട്ടുന്നത്. ആഗോളതാപനം വരുത്തിയ അത്യുഷ്ണംമൂലം 1995 നും 2016 നും ഇടയിൽ കാർഷിക മേഖലയിൽ മാത്രം 3 ലക്ഷത്തോളം കർഷകർ ആത്മഹത്യ ചെയ്തതിൽ 70 ശതമാനവും 2012 ന് ശേഷമാണ്. ഇവരിൽ അധികവും നെല്ല്, ഗോതമ്പ്, പയറ്, പച്ചക്കറി തുടങ്ങിയവ കൃഷി ചെയ്തവരാണ്. കൃഷി സീസണിൽ അന്തരീക്ഷ ഊഷ്മാവ് 20^0C കൂടുതൽ ഓരോ ഡിഗ്രി ഊഷ്മാവ് വർദ്ധിക്കുമ്പോഴും ശരാശരി 65 ആളുകൾ വീതം ആത്മഹത്യ ചെയ്യുന്നു. അമേരിക്ക, ചൈന തുടങ്ങി ഏറ്റവും കൂടുതൽ വിസർജ്ജനം നടത്തുന്ന രാജ്യങ്ങളിൽപ്പോലും താപ നിരക്ക് ഓരോ ഡിഗ്രി ഊഷ്മാവ് വർദ്ധനവ് രേഖപ്പെടുത്തുമ്പോൾ ആഗോളതാപന പ്രേരിത കർഷക ആത്മഹത്യ (Global Warming Induced Farmers Suicide) ശരാശരി 17 മാത്രമാണ്. ഇന്ത്യയിൽ ഓരോ 30 മിനിട്ടിലും ഒരു കർഷകൻ ആത്മഹത്യ ചെയ്യുന്നു. 2016 ൽ മഹാരാഷ്ട്രയിൽ മാത്രം 3063 കർഷർ ആത്മഹത്യ ചെയ്തപ്പോൾ നാഗ്പൂർ ജില്ലയിലെ വിദർഭയിൽ മാത്രം 145 കർഷകർ മരണം ഏറ്റുവാങ്ങി. ഇവർ മുഴുവനും കൃഷിനാശം സംഭവിച്ചവരണ്.

കാലാവസ്ഥാ വ്യതിയാനത്തിന്റെ ഫലമായി വിദേശ രാജ്യങ്ങളിലും കാർഷിക നാശം സംഭവിച്ചിട്ടുണ്ട്. എന്നാൽ അവിടെയൊന്നും കർഷക ആത്മഹത്യ ഇത്ര ഭീമമായി വർദ്ധിച്ചിട്ടില്ല. അമേരിക്ക, ചൈന, ഫ്രാൻസ്, ജപ്പാൻ തുടങ്ങിയ രാജ്യങ്ങളിൽ കർഷകർക്ക് വൻതോതിൽ സബ്സിഡിയും ക്രോപ്പ് ഇൻഷുറൻസും സർക്കാർ നല്കുന്നതാണ് പ്രധാന കാരണം. കൃഷി നശിച്ചാലും ജോലി എടുത്തതിനുള്ള പ്രതിഫലം കർഷകർക്ക് നല്കുന്നുണ്ട്. എന്നാൽ നമ്മൾ കാർഷിക ഇൻഷുറൻസ് പോലും ബിസിനസ് അടിസ്ഥാനത്തിൽ നല്കുമ്പോൾ എല്ലാ സുരക്ഷിതത്വവുമുള്ള വൻകിടക്കാർ ഈ ആനുകൂല്യം തട്ടിയെടുക്കുന്നു. ജൂലൈയിൽ ഇന്ത്യയുടെ കംപ്ട്രോളർ ആന്റ് ഓഡിറ്റർ ജനറലും സെൻട്രൽ ഫോർ സയൻസ് ആന്റ് എൻവറോൺമെന്റും പുറത്തിറക്കിയ റിപ്പോർട്ടിൽ സർക്കാരിന്റെ കാർഷിക ഇൻഷുറൻസ് ഏജൻസികളായ നാഷണൽ അഗ്രികൾച്ചറൽ ഇൻഷുറൻസ് സ്കീം, വെതർ ബേസ്ഡ് ക്രോപ്പ് ഇൻഷുറൻസ് സ്കീം (Weather based crop insurance scheme) തുടങ്ങിയവ പ്രധാനമായും ലാഭ ഉദ്ദേശ്യത്തോടുകൂടി ഇൻഷുറൻസ് നല്കുന്ന കമ്പനികളാണ്.

സി എ ജിയുടെ കണക്കുപ്രകാരം 2017 മാർച്ച് മാസം വരെ ഇൻഷുറൻസ് കമ്പനികൾ 10000 കോടിയോളം സഞ്ചിത (Cumulative) ലാഭം ഉണ്ടാക്കി. പ്രീമിയത്തെ അപേക്ഷിച്ചു കുറഞ്ഞുവരുന്ന ക്ലെയിം ആണ് പ്രധാന കാരണം. ഒരു വശത്ത് ഇൻഷുറൻസ് കിട്ടാത്തതിനാൽ കർഷകർ കൂട്ടത്തോടെ ആത്മഹത്യ ചെയ്യുന്നു. ഇൻഷുറൻസ് പ്രീമിയത്തെ അപേക്ഷിച്ച് കുറഞ്ഞ ക്ലെയിം വരുന്നതിനാൽ വൻ ലാഭം കൊയ്യുന്ന

ഇൻഷുറൻസ് കമ്പനികൾ മറുവശത്ത്! വിരോധാഭാസത്തിനു പേരു ലഭിച്ചതുതന്നെ ഇന്ത്യൻ കാർഷിക രംഗത്തുനിന്നാണെന്നു തോന്നും. ഇൻഷുറൻസ് കമ്പനികളുടെ ലാഭക്കൊതിയെ സഹായിക്കുന്ന സർക്കാർ. ഈ സർക്കാർ നിലവിൽ വന്ന ശേഷമാണ് 2014 ൽ ഒരു ലക്ഷത്തിൽ മൂന്നു കർഷകർ ആത്മഹത്യ ചെയ്തിരുന്നത് 2016-17 ആയപ്പോഴേക്കും 15 ആയി ഉയർന്നത്. ജനങ്ങളുടെ 95 ശതമാനവും നാമമാത്ര കൃഷിയെ ആശ്രയിക്കുന്ന വിദർഭ പോലെയുള്ള സ്ഥലങ്ങളിൽ ഇത് 34 ആയി ഉയർന്നത് അവിടെ ക്രോപ്പ് ഇൻഷുറൻസ് കമ്പനികൾ കുറവായതുകൊണ്ടല്ല. വലിയ പ്രീമിയം കർഷകർക്ക് താങ്ങാനാകില്ല. 2015-16 ൽ വീണ്ടും ക്രോപ്പ് ഇൻഷുറൻസ് തുക 32% വർദ്ധിപ്പിച്ച് കമ്പനികളുടെ ലാഭം 30000 (200 ശതമാനം) കോടിയായി ഉയർത്തിയപ്പോൾ കർഷക ആത്മഹത്യ 2011 നെ അപേക്ഷിച്ച് 230 ശതമാനം വർദ്ധിച്ചു. മൂന്നു നേരം ഭക്ഷണം ഉണ്ടാക്കിത്തരുന്ന കർഷകർക്ക് നേരിടുന്ന ദുരന്തം കണ്ടില്ലെന്നു നടിക്കുന്ന രാജ്യം ഇന്ത്യയല്ലാതെ ലോകത്തിലെവിടെയുമില്ല. അതുകൊണ്ടുതന്നെയാണ് രാജ്യത്തെ നട്ടെല്ലായ കർഷകരുടെ ദുരന്തം പഠിക്കുന്നതിന് വിദേശ സർവ്വകലാശാലയിൽനിന്നുപോലും ധാരാളം ഗവേഷക വിദ്യാർത്ഥികൾ എത്തുന്നത്. ഇതിന് പ്രധാന തെളിവാണ് കാലിഫോർണിയ യൂണിവേഴ്സിറ്റിയിലെ താമ കർലട്ടൻ പ്രസീഡിങ്സ് ഓഫ് നാഷണൽ അക്കാദമി ഓഫ് സയൻസിൽ എഴുതിയ കാർഷിക ആത്മഹത്യയെപ്പറ്റിയുള്ള ലേഖനം. സർക്കാർ കേന്ദ്രങ്ങളിൽനിന്നും തെറ്റായ വിവരമാണ് ഇവർക്ക് നല്കിയത്. കാലാവസ്ഥാ വ്യതിയാനം ഉണ്ടാക്കിയ ഉഷ്ണവും വിളനാശവും വഴി ഓരോ വർഷവും ഒന്നര ലക്ഷത്തോളം കർഷകർ ആത്മഹത്യ ചെയ്തപ്പോൾ വെറും 59700 കർഷകർ മാത്രമാണ് ആത്മഹത്യ ചെയ്തതായി സർക്കാർ നല്കിയ കണക്ക്. ആഗോള താപവർദ്ധനവിന്റെ ഫലമായി ഉണ്ടായ കൃഷി നാശവും കർഷക ആത്മഹത്യയും തടയുന്നതിന് നടപടി എടുക്കാത്തതിനെതിരെയും വൈക്കോൽ സൂക്ഷിക്കാൻ ആവശ്യമായ ഭൗതിക സൗകര്യങ്ങൾ നല്കാത്തതിനെതിരെ പഞ്ചാബിലെ പാണ്ടിയാല ജില്ലയിലെ കല്ലാർമാജിരി ഗ്രാമത്തിലെ കർഷകർ കറ്റകൾ (Stubble) കത്തിച്ചു പ്രതിഷേധിച്ചു. ഇതിൽനിന്നുള്ള വായുമലിനീകരണം ഡൽഹിയെവരെ ബാധിച്ചപ്പോഴാണ് സർക്കാർ ശ്രദ്ധിക്കാൻ തുടങ്ങിയത്. ദേശീയ ഹരിത ട്രിബ്യൂണൽ സർക്കാരിനെ ചോദ്യം ചെയ്തപ്പോൾ കറ്റകൾ കത്തിച്ച 21 പേരെ തടഞ്ഞു എന്ന തെറ്റായ വിവരം കോടതിക്ക് നല്കി പാണ്ടിയാല ജില്ലയിലെ 21 പേരെ ഒക്ടോബർ 13 നകം കോടതിയിൽ ഹാജരാക്കണം എന്ന ഉത്തരവിട്ടപ്പോഴാണ് സർക്കാരിന്റേത് കള്ളസത്യവാങ്മൂലമാണെന്ന് തെളിഞ്ഞത്.

ഗവേഷണത്തിൽനിന്നും നമുക്ക് കിട്ടിയ രണ്ടാമത്തെ സൂചന അതീവ ഗൗരവമുള്ളതാണ്. കാർഷിക ഉല്പന്നങ്ങളുടെ വൈവിദ്ധ്യവല്ക്കരണം വഴി വർദ്ധിച്ച അധിക മൂല്യത്തിന്റെ ഒരു ഭാഗം കർഷകന് തന്നെ വിതരണം ചെയ്യേണ്ടതുണ്ട്. എന്താണ് കാർഷിക ഉല്പന്നങ്ങളുടെ വൈവി

ദ്ധ്യവല്ക്കരണം? കാർഷിക വിളകൾ വിവിധ തരത്തിലുള്ള വ്യവസായം സംസ്കരണ നിർമ്മാണ പ്രവർത്തനത്തിലൂടെ കടന്നുപോയി മറ്റൊരു രൂപം കൈവരിക്കുമ്പോൾ മൂല്യവർദ്ധനവ് ഉണ്ടാകുന്ന പ്രക്രിയയാണിത്. ചുരുക്കത്തിൽ കാർഷിക ഉല്പന്നങ്ങൾക്ക് കൂടുതൽ മൂല്യം കൈവരുന്ന ഈ ഒരു ചെയിൻ പ്രവർത്തനത്തിന്റെ അന്തിമഘട്ടം വരെയുള്ള പ്രവർത്തനമാണിത്. വിത്തിന്റെ ഘട്ടത്തിൽനിന്നും വിളവെടുക്കുന്ന ഘട്ടംവരെയുള്ള മൂല്യവർദ്ധനവ് മാത്രമേ കർഷകൻ അറിയുന്നുള്ളൂ. മറ്റു കാർഷിക വ്യവസായങ്ങൾ കർഷകരുടെ ഉല്പന്നത്തിന് നല്കുന്ന അധികം മൂല്യം കർഷകന് അറിയാൻ കഴിയുന്നില്ല. അദ്ധ്വാനത്തിനു പോലും പ്രതിഫലം കിട്ടാത്ത വിലയ്ക്കാണ് മിക്ക കാർഷിക ഉല്പന്നങ്ങളും കർഷകർ വില്ക്കുന്നത്. വില്പനയോടുകൂടി ഉല്പന്നത്തിൽനിന്നും അന്യവല്ക്കരിക്കപ്പെടുന്നതാണ് ഒരു പ്രത്യേകത. അവസാന ഉല്പന്നത്തിന്റെ മൂല്യത്തിന്റെ ഒരു ഭാഗം കർഷകന് അവകാശപ്പെട്ടതാണെങ്കിലും അവന് ലഭിക്കാതെ പോകുന്നു. ഇത് കർഷകന് ലഭിക്കാത്തതാണ് കർഷകരുടെ ദുരന്തത്തിന്റെയും ആത്മഹത്യയുടെയും പ്രധാനകാരണം. വൈവിദ്ധ്യവല്ക്കരിച്ച വിളകൾക്ക് വില വർദ്ധിക്കുന്നുണ്ട്. 2013 മുതൽ 2017 വരെയുള്ള കാലഘട്ടത്തിൽ കാർഷികാധിഷ്ഠിത വ്യവസായ ഉല്പന്നത്തിന് വില ശരാശരി 100 മുതൽ 200 ശതമാനംവരെ ഉയർന്നപ്പോൾ കാർഷിക വിളകളുടെ വില 20 മുതൽ 28 ശതമാനംവരെ മാത്രമേ വർദ്ധിച്ചുള്ളൂ. രാജ്യത്തിന്റെ സമ്പദ് ഘടനയുടെ അളവുകോലായ ദേശീയ വരുമാനത്തിലും തൊഴിലവസര വർദ്ധനവിന് കാർഷിക വിളകളുടെ സംഭാവന കൂടി പരിഗണിക്കുമ്പോൾ കർഷകരുടെ ഉല്പന്നങ്ങൾ ദേശീയ വരുമാനത്തിന് നല്കിയ സംഭാവന 70 ശതമാനത്തിൽ കൂടുതൽ വരും. ഈ സത്യം മനസ്സിലാക്കാത്തതാണ് കർഷകരെ അവഗണിക്കുന്നതിനിടവരുത്തുന്നത്. കാർഷിക ഉല്പന്നത്തിന്റെ വൈവിദ്ധ്യവല്ക്കരണം നടക്കുമ്പോൾ ദേശീയ വരുമാനത്തിനും വിവിധ കാർഷിക ഉല്പന്ന കേന്ദ്രീകൃത അനുബന്ധ മേഖലയിലും വർദ്ധിച്ച ഒരു ഭാഗം കർഷകന് നല്കേണ്ടതുണ്ട്. വർദ്ധിച്ച മൂല്യത്തിന്റെ ഒരു ഭാഗം പോലും കർഷകന് വീതിക്കാത്തതാണ് കർഷക ആത്മഹത്യ ഇത്രയും വർദ്ധിക്കാൻ കാരണം. ഈ മിച്ചമൂല്യം (ദേശീയ ഉല്പാദനത്തിനും തൊഴിലവസര വർദ്ധനവിനും കർഷകർ നല്കിയിട്ടുള്ള സംഭാവനയുടെ മൂല്യവും കർഷകർക്ക് ലഭിച്ച വരുമാനവും തമ്മിലുള്ള വ്യത്യാസം) കർഷകർക്ക് നല്കാത്തത് അനീതിയാണ്. കേരളത്തിലെ കാർഷിക ഉല്പന്നത്തിന്റെ 7 ശതമാനവും ഇന്ത്യയിൽ ശരാശരി 6 ശമതാനവും അധികമൂല്യം സൃഷ്ടിക്കുന്നു എന്നാണ് ഔദ്യോഗിക കണക്ക്. ഇംഗ്ലണ്ടിൽ 45 ഉം ചൈനയിൽ 188 ഇരട്ടിയും അധികമൂല്യം സൃഷ്ടിക്കുന്നുണ്ട്. ഇതിന്റെ 25 ഉം 32 ശതമാനം (ക്രമമനുസരിച്ച്) പലവിധത്തിലാണ് കർഷകരെ സംരക്ഷിക്കുന്നതിന് ഉപയോഗിക്കുന്നത്.

കാർഷിക അനുബന്ധ വ്യവസായങ്ങൾ നല്കിയിട്ടുള്ള തൊഴിലവ

സരങ്ങൾ കൂടി കൂട്ടിയാൽ മൂല്യം ഔദ്യോഗിക കണക്കിന്റെ ഇരട്ടിയായിരിക്കും. ആവശ്യമായ പ്രതിഫലം കിട്ടാതെ മരണം സ്വയം ഏറ്റുവാങ്ങിയ കർഷകർ ഉല്പാദിപ്പിച്ച അരിയും ഗോതമ്പുമായിരിക്കും ഞാനും നിങ്ങളും ഒക്കെ കഴിച്ചുകൊണ്ടിരിക്കുന്നത്.

നാം തീൻമേശയ്ക്കുമുന്നിൽ ഭക്ഷണത്തിനുവേണ്ടി ഇരിക്കുമ്പോൾ അറിയുന്നില്ല നമുക്കുമുന്നിലിരിക്കുന്ന ഭക്ഷണം അതിന് ന്യായമായ വില കിട്ടാതെ ആത്മഹത്യ ചെയ്ത കർഷകർ ഉണ്ടാക്കിയതാണെന്ന്. ആത്മഹത്യ ചെയ്ത കർഷകരുടെ ഉല്പന്നങ്ങൾ എന്തുതന്നെയായാലും അവ രാജ്യത്തിന്റെ ആസ്തിയായി തീർന്നിരിക്കും. രാജ്യത്തിന്റെ നട്ടെല്ലായി ത്തീർന്ന ഈ ആസ്തിയുടെ ഒരു ഭാഗം അവ ഉല്പാദിപ്പിക്കുന്നതിൽ ആദ്യകണ്ണിയായ കർഷകന് നിഷേധിക്കുമ്പോൾ ആണ് കർഷകന് ദുരിതം വരുന്നതും ആത്മഹത്യയിലേക്ക് നീങ്ങുന്നതും. നാഷണൽ റിക്കാർഡ് ഓഫ് ക്രൈം കണക്ക് അനുസരിച്ച് 2016–2017 മാർച്ച് 31 വരെ ഇന്ത്യയിൽ 8007 കർഷകർ ആത്മഹത്യ ചെയ്തു. ഇത്രയും കർഷകരുടെ ഉല്പന്നംമൂലം അഞ്ച് വൈവിദ്ധ്യവല്ക്കരണ പ്രക്രിയയിലൂടെ കടന്നുപോകുമ്പോഴുള്ള മൂല്യവർദ്ധനവും യഥാർത്ഥത്തിൽ കർഷകന് ലഭിക്കേണ്ട വിഹിതവും നമുക്ക് കാണാം. ഒരു ലക്ഷം രൂപയ്ക്കുള്ള കാർഷിക ഉല്പന്നങ്ങൾ വിറ്റപ്പോൾ കൃഷി ചെയ്യുന്നതിനുവേണ്ടി കടം വാങ്ങിയ ഒന്നര ലക്ഷം രൂപ തിരിച്ചടയ്ക്കാൻ കഴിയാത്തതിനാൽ ആത്മഹത്യ ചെയ്തതായി കരുതുക. അവർ വിറ്റ വിളയുടെ 8 ഇരട്ടിയോളം വൈവിദ്ധ്യവല്ക്കരണ മൂല്യം ഉണ്ടായതായി നമുക്ക് കരുതാം. അങ്ങനെ കരുതുമ്പോൾ മൊത്തം 2016–17 കാലയളവിൽ ആത്മഹത്യ ചെയ്ത കർഷകർ മൊത്തം സംഭാവന ചെയ്ത ദേശീയ വരുമാനം (800 X 8007 X 100000 = 640.56 crore) ഇതിന്റെ 20 ശതമാനം (130) കോടി രൂപയുണ്ടെങ്കിൽ ഈ കർഷകരുടെ കടം മുഴുവൻ വീട്ടിയാലും ബാക്കി തുക ഉണ്ടാകും. ഇന്ത്യയിൽ കശുവണ്ടി, കുരുമുളക് തുടങ്ങി ഏത് കാർഷികോല്പന്നമായാലും അവയെ വൈവിദ്ധ്യവല്ക്കരിച്ച് രാജ്യത്തിന്റെ മൊത്തം ദേശീയവരുമാനത്തിന് മുതൽക്കൂട്ടാക്കുകയും ചെയ്തിട്ടു പോലും അതിന്റെ ഒരു ശതമാനം കടം വീട്ടാൻ അവരെ സഹായിച്ചാൽ വിലപ്പെട്ട ലക്ഷക്കണക്കിന് കർഷകർ ആത്മഹത്യ ചെയ്യില്ലായിരുന്നു. ആർ ബി ഐ ഗവർണർ ഈയിടെ നടത്തിയ പ്രസ്താവന തീർത്തും നിർഭാഗ്യകരമാണ്. കർഷകരുടെ കടം എഴുതിത്തള്ളുകയോ അവരെ സഹായിക്കുകയോ ചെയ്യുന്നത് സദാചാരപരമായ ആപത്താണ് എന്നാണ് പറഞ്ഞത്. കടം തലയിൽക്കയറി രക്ഷിക്കണമെന്ന് ആവശ്യപ്പെട്ട് മനുഷ്യ വിസർജ്ജനം കഴിച്ച് പ്രതിഷേധം രേഖപ്പെടുത്തിയത് നാം ചർച്ച ചെയ്തില്ല. *ഗാർഡിയൻ* തുടങ്ങിയ വിദേശ പത്രങ്ങൾ പ്രധാന വാർത്തയാക്കിയിരുന്നു.

ആത്മഹത്യ ചെയ്ത കർഷകരുടെ ഉല്പാദനം ദേശീയവരുമാനത്തിന്റെ മൂല്യം വർദ്ധിപ്പിച്ചുകൊണ്ടിരിക്കുന്നിടത്തോളം കാലം കടം എഴുതിത്തള്ളുന്നതിനും കുടുംബത്തെ രക്ഷിക്കുന്നതിനും സർക്കാരിന്

ബാദ്ധ്യതയുണ്ട്. ജി ഡി പിയുടെ രണ്ടു ശതമാനത്തോളം (2081 ബില്യൺ ഡോളർ) മാറ്റിവച്ചാൽ ഇന്ത്യൻ കർഷകരുടെ എല്ലാ കടബാദ്ധ്യതയും തീർക്കാം. മാത്രമല്ല, അവരുടെ വിലപ്പെട്ട ജീവൻ രക്ഷിക്കാനും വലി യൊരു തുക ശമ്പളമായി ഇവർക്ക് നല്കാനും കഴിയും. 17 ശതമാന ത്തോളം ജി ഡി പി കാർഷികവിളകളുടെ സംഭാവനയാണെങ്കിലും ഇവ യുടെ വൈവിദ്ധ്യവല്ക്കരണം ജി ഡി പിയിൽ ഉണ്ടാകുന്ന വളർച്ച 40 മുതൽ 45 ശതമാനം വരെയാണ്. ന്യായമായ ഉല്പന്ന വില നല്കാത്ത സാഹചര്യത്തിൽ മറ്റൊരു വഴിയുമില്ലാതെ കർഷകർക്ക് മരണത്തിന്റെ പാത സ്വീകരിക്കേണ്ടി വരുമ്പോഴാണ് ഈ കണക്കുകൾ പ്രസക്തമാകു ന്നത്. ഇന്ത്യയിൽ ഓരോ 30 മിനിട്ടിലും ഒരു കർഷകൻ ആത്മഹത്യ ചെയ്യുന്നു. 2014 നുശേഷം കർഷക ആത്മഹത്യ വളരെയധികം വർദ്ധിച്ചു. 2016 ൽ മഹാരാഷ്ട്രയിൽ മാത്രം 3063 കർഷകർ ആത്മഹത്യ ചെയ്തു. ഇതിൽ 1451 പേർ വിദർഭയിൽനിന്നാണ്. യോഗ്യരല്ലെന്നു കണ്ട് ജില്ലാ ഭരണകൂടം സർക്കാർ ആനുകൂല്യം നിഷേധിച്ചവരാണ് ആത്മഹത്യ ചെയ്തവരിൽ ഭൂരിഭാഗവും. കഴിഞ്ഞ യു പി എ സർക്കാർ കടക്കെണി യിൽപ്പെട്ട് മരണമടയുന്ന കർഷകരുടെ വായ്പ. 72,000 കോടി രൂപ എഴുതി ത്തള്ളിയപ്പോൾ അതിന്റെ ഒരു ശതമാനം പോലും ഈ സർക്കാർ നല്കു ന്നില്ല എന്നത് ആശങ്ക വർദ്ധിപ്പിക്കുന്നു. കാർഷികോല്പന്നങ്ങളുടെ വില ഗണ്യമായി കുറഞ്ഞുവരുമ്പോൾ കാർഷികാനുബന്ധ വ്യവസായ ഉല്പ ന്നങ്ങളുടെ വില 100 മുതൽ 200 ശതമാനം വരെ വർദ്ധിച്ചു. കാർഷികോ ല്പന്നങ്ങളുടെ വൈവിദ്ധ്യവല്ക്കരണം നടക്കുമ്പോൾ വർദ്ധിച്ച മൂല്യ ത്തിന്റെ ഒരു ഭാഗം പോലും കർഷകന് വീതിക്കുന്നില്ല എന്നത് കാർഷിക സമ്പദ് വ്യവസ്ഥയുടെ നട്ടെല്ല് തകരുന്നതിന് ഇടവരുത്തി. അധികമൂല്യ ത്തിന്റെ ഒരു ഭാഗം കർഷകന് അവകാശപ്പെട്ടതാണ്. ഇങ്ങനെ അധിക മൂല്യം സൃഷ്ടിക്കുന്ന കാർഷികോല്പന്നങ്ങളുടെ വർദ്ധിത മൂല്യത്തിന്റെ ചെറിയൊരു ഭാഗം കർഷകന് നല്കുന്നതിനുപകരം അവ ഇടത്തരം വ്യവ സായങ്ങൾ തട്ടിയെടുക്കുന്നതാണ് കർഷകരുടെ ഇന്നത്തെ ദുരിതത്തിന് കാരണം. ഇവ തിരിച്ചു നല്കുന്നതിനുള്ള ഒരു വ്യവസ്ഥയും നിയമവും ഇന്ത്യയിലില്ല. ഈ മിച്ചമൂല്യത്തിന്റെ യഥാർത്ഥ അവകാശികൾ കർഷ കരാണെങ്കിലും അവർക്ക് അവ നിഷേധിക്കുമ്പോഴാണ് ആത്മഹത്യയി ലേക്ക് നയിക്കപ്പെടുന്നത്. കേരളത്തിലെ കാർഷികോല്പന്നത്തിന്റെ ഏഴ് ശതമാനവും ഇന്ത്യയുടെ ആറു ശതമാനത്തിൽ കൂടുതലും അധികമൂല്യം സൃഷ്ടിക്കുമ്പോൾ അതിന്റെ 50 ശതമാനമെങ്കിലും കർഷകന് അവകാശ പ്പെട്ടതാണ്. ഇംഗ്ലണ്ടിൽ നാല്പത്തഞ്ചും ചൈനയിൽ 188 ശതമാനവും കാർഷികോല്പന്നങ്ങളിൽ അധികമൂല്യം സൃഷ്ടിക്കുന്നുണ്ട്. ഓരോ വൈവിദ്ധ്യവല്ക്കരണ മേഖലയിലും അധികമൂല്യത്തിൽ കാർഷിക സെസ് ചുമത്തി അതിന്റെ വലിയൊരു ഭാഗം സബ്സിഡി നല്കുന്നതിനും അവരുടെ വായ്പ തീർക്കുന്നതിനും ഉപയോഗിക്കുന്നതിനാൽ ഒരു കർഷ കൻ പോലും ഈ രാജ്യങ്ങളിൽ ആത്മഹത്യ ചെയ്യേണ്ടിവരുന്നില്ല. ഇന്ത്യ

യെപ്പോലുള്ള രാജ്യത്തിന് ഏറ്റവും അപമാനമാണ് കർഷകൻ കയറിൽ തൂങ്ങി ആത്മഹത്യ ചെയ്യുന്നത്. കർഷകൻ അവന്റെ ഉല്പന്നത്തിന് യഥാർത്ഥവില കിട്ടാതെ ആത്മഹത്യ ചെയ്യുമ്പോൾ അവനുണ്ടാക്കിയ ഉല്പന്നങ്ങൾ ജനങ്ങളെ തീറ്റിപ്പോറ്റുന്നുണ്ട്. ഇവ മരിക്കുന്നില്ല. ഇവ വീണ്ടും ജനങ്ങൾക്ക് ആരോഗ്യവും സൗഖ്യവും നല്കുന്നു. കർഷകൻ ആത്മഹത്യ ചെയ്താലും അദ്ദേഹത്തിന്റെ ഉല്പന്നങ്ങൾ ജീവിക്കുന്നതുകൊണ്ടാണ് കാർഷികമേഖലയുടെ ജി ഡി പി വർദ്ധിച്ചുവരുന്നത്. ആത്മഹത്യ ചെയ്ത കർഷകർ ഉല്പാദിപ്പിച്ച ഉല്പന്നങ്ങൾ വിപണിയിൽനിന്നും ജി ഡി പി യിൽനിന്നും എടുത്തുമാറ്റാൻ ഒരു സർക്കാരിനും കഴിയില്ല. അതുകൊണ്ടുതന്നെയാണ് കർഷകൻ രാജ്യത്തിന്റെ നട്ടെല്ലാകുന്നത്. ഈ വസ്തുത തിരിച്ചറിഞ്ഞാണ് ദേശീയ വരുമാനം കണക്കുകൂട്ടുമ്പോൾ ആത്മഹത്യ ചെയ്ത കർഷകൻ ഉല്പാദിപ്പിച്ച മൂല്യവും വരുമാനത്തോട് കൂട്ടിച്ചേർക്കുന്നത്. ഇന്ത്യയിലെ ദേശീയ വരുമാനത്തിന്റെ 12 ശതമാനത്തോളം ഉല്പന്നം ആത്മഹത്യ ചെയ്ത കർഷകരുടേതാണ്. ഇവർക്ക് സഹായം നല്കില്ലെന്ന് ധനമന്ത്രി ഉറപ്പിച്ചു പറഞ്ഞപ്പോൾ നമ്മുടെ കാർഷിക സംസ്കാരത്തെയാണ് വെല്ലുവിളിക്കുന്നതെന്ന് മനസ്സിലാകുന്നതിന് രാജ്യസ്നേഹം ആവശ്യമാണ്. ആഗോളസ്വാകാര്യവല്ക്കരണ കാലഘട്ടത്തിൽ സർക്കാർ നയങ്ങൾ കർഷകരിൽ അടിച്ചേല്പിക്കുമ്പോൾ ഉണ്ടാകുന്ന ഒരു പ്രതിസന്ധിയാണ് ഈ മൂല്യവ്യത്യാസം. 2001 മുതൽ 2006 വരെയുള്ള കാലഘട്ടത്തിൽ എണ്ണായിരത്തോളം കർഷകർ സ്വന്തം കുടിലും സ്ഥലവും വിറ്റ് വാടകവീട്ടിൽ താമസിക്കേണ്ടതായി വന്നിട്ടുണ്ട്. ആഗോള മൂലധന സഞ്ചയം വർദ്ധിക്കുന്നതനുസരിച്ച് ഈ കാർഷിക മിച്ചമൂല്യം കർഷകർക്ക് നല്കാൻ ഭരണകൂടം തയ്യാറാകുമ്പോൾ മാത്രമേ കർഷകരുടെ ഇന്നുള്ള ആത്മഹത്യാനിരക്ക് കുറയ്ക്കാൻ കഴിയൂ. മൂല്യവർദ്ധിത നികുതിയുടെ നിശ്ചിത ശതമാനം സബ്സിഡിയായി കർഷകന് നല്കാൻ കഴിഞ്ഞാൽ നാം നമ്മുടെ കർഷകരോട് കാണിക്കുന്ന ഏറ്റവും വലിയ നീതിയായിരിക്കുമത്.

സെപ്തംബർ 16–ഓസോൺ ദിനം ഓസോണിനെ കൊലപാതകിയാക്കുന്ന ഇന്ധനനയം കേന്ദ്രം തിരുത്തിയേ തീരൂ...

കഴിഞ്ഞ ദിവസം കേന്ദ്ര ശാസ്ത്ര പരിസ്ഥിതി വിഭാഗം പുറത്തുവിട്ട വിവരങ്ങൾ ഇന്ത്യക്കാരെ പ്രത്യേകിച്ചും ഡൽഹി നിവാസികളെ മൊത്തത്തിൽ ആശങ്കപ്പെടുത്തുന്നതാണ്. രാജ്യത്തിന്റെ തലസ്ഥാനമായ ഡൽഹിയിൽ 2017 ഫെബ്രുവരി, മാർച്ച് മാസത്തിൽ കേന്ദ്രീകരിച്ച ഓസോൺ വാതകം വൻപരിസ്ഥിതി ദുരന്തത്തിന് ഇടവരുത്തുമെന്നാണ് മുന്നറിയിപ്പു നല്കിയത്. അനുവദനീയ നിരക്കിനേക്കാൾ 4.6 മടങ്ങോളം ഓസോൺ കേന്ദ്രീകരിച്ച ലോകത്തിലെ ഏകനഗരമായി മാറി ഇതോടെ ഡൽഹി, ഡൽഹിയിലെ ഹെൽത്ത് ഇഫക്ട് ഇൻസ്റ്റിറ്റ്യൂട്ട് കഴിഞ്ഞ ദിവസം പുറത്തുവിട്ട കണക്ക് ഞെട്ടിക്കുന്നതാണ്. ഗ്ലോബൽ ബർഡൻ ഓഫ് ഡിസീസ് നടത്തിയ പഠനവും ഇന്ത്യ ഏറ്റവും കൂടുതൽ ഓസോൺ മാലിന്യം വഴി മരണം നടക്കുന്ന രാജ്യമായി സ്ഥിരീകരിച്ചു. 2014 ൽ ലോകത്ത് 254000 ആളുകൾ ഓസോൺ മാലിന്യം വഴി മരണമടഞ്ഞതിൽ 52 ശതമാനവും ഇന്ത്യയിൽനിന്ന് മാത്രമാണ്!! ഏറ്റവും കൂടുതൽ കാർബൺ വിസർജ്ജിക്കുന്ന ചൈനയിൽ പോലും 5 ശതമാനത്തിൽ കുറവ് മാത്രമാണ് ഓസോൺ വാതകം ഉണ്ടാക്കുന്ന വിപത്ത്.

ഓസോൺ കേന്ദ്രീകരണം വഴി 2013–14 വർഷങ്ങളെ അപേക്ഷിച്ച് 2016–17 മാർച്ചിൽ ഡൽഹിയിൽ മാത്രം 146 ഇരട്ടിയോളം ആളുകൾ മരണപ്പെട്ടു. 2017 ഫെബ്രുവരി തുടക്കത്തിൽ ഒരു ക്യുബിക് മീറ്ററിൽ 100 മൈക്രോഗ്രാമായിരുന്ന ഓസോൺ മാലിന്യം രണ്ടാഴ്ചയ്ക്കുള്ളിൽ 12 ശതമാനം വർദ്ധിച്ചു. പിന്നീട് മാർച്ച് അവസാനമാകുമ്പോഴേക്കും വീണ്ടും 19 ശതമാനമായി വർദ്ധിച്ചു. തുടർന്ന് ഏപ്രിലിൽ 52% ൽ നിന്നു 77 ശതമാനമായി കുതിച്ചു ചാടുകയാണ് ഉണ്ടായത്. ഓസോൺ മാലിന്യത്തിന്റെ ഭയാനകമായ വളർച്ച തുടർന്നാൽ 2018 മാർച്ച് അവസാനമാകുമ്പോ

ഴേക്കും ഡൽഹിയിലെ ജനങ്ങളുടെ 50 ശതമാനമാവും ഹോസ്പിറ്റലിൽ അഡ്മിറ്റ് ചെയ്യേണ്ടി വരുമെന്ന ആശങ്കയും കേന്ദ്ര ശാസ്ത്ര പരിസ്ഥിതി വിഭാഗം നമ്മോട് പങ്കുവച്ചു. ഇന്ത്യയിൽ ഗ്രൗണ്ട് ലെവൽ (ബയോസ്ഫിയറിന് തൊട്ടുമുകളിലുള്ള) മണ്ഡലത്തിൽ ഓസോണിന്റെ അളവ് ഓരോ വർഷവും വർദ്ധിച്ചു വരുന്ന രാജ്യങ്ങളിൽ മുൻനിരയിലാണ് ഇന്ത്യ. 48 മുതൽ 50 ഡിഗ്രി സെൽഷ്യസ് വരെ ഭൗമതാപനവും ഡീസൽ മലിനീകരണവും ഒരുമിച്ചു കേന്ദ്രീകരിക്കുന്ന സ്ഥലങ്ങളിൽ ഗ്രൗണ്ട് ലെവൽ ഓസോൺ കൂടുതലായിരിക്കും. ഈ ഒരു സങ്കലനസ്ഥിതി തുടർന്നാൽ മാരക രോഗങ്ങൾക്ക് ഇടവരുത്തുമെന്ന് മുന്നറിയിപ്പ് തന്നിരിക്കുന്നു. ഇത്തരം വാഹനങ്ങളിൽനിന്നും പുറത്തുവരുന്ന കാർബൺ ഡൈ ഓക്സൈഡും നൈട്രസ് ഓക്സൈഡും സൂര്യപ്രകാശത്തിന്റെ സഹായത്തോടുകൂടി പ്രതിപ്രവർത്തിച്ച് ഓസോണിന് രൂപംനല്കുന്നു. ഈ വാതകങ്ങൾ ഒരുമിച്ചു ചേർന്നുണ്ടാകുന്ന കൃത്രിമമായ ഓസോൺ പടലം സ്വാഭാവികമായും ഉണ്ടായിവരുന്ന ഓസോണിനേക്കാൾ 10 മുതൽ 15 മടങ്ങോളം ശക്തവും നശീകരണപ്രവണതയുള്ളതുമായിരിക്കും. അതുകൊണ്ട് ഡീസൽ വാഹനങ്ങളിൽനിന്നും പുറത്തുവരുന്ന കാർബൺ മോണോക്സൈഡും നൈട്രസ് ഓക്സൈഡും ചേർന്നുണ്ടാക്കുന്ന കൃത്രിമ ഗ്രൗണ്ട് ലെവൽ ഓസോണിനെ “ഡിസ്ട്രക്ടീവ് ഓസോൺ” എന്നുപറയുന്നു. ഓക്സിജന്റെ വളരെ റിയാക്ടീവ് ആയ രൂപമാണ് ഓസോൺ. നമ്മുടെ രാജ്യത്ത് ഉപഉല്പന്നമായി (കാർബൺ ഡൈ ഓക്സൈഡും നൈട്രസ് ഓക്സൈഡും പ്രതിപ്രവർത്തിച്ച്) രൂപപ്പെടുന്ന ഓസോൺ മണ്ഡലമാണിത്. ഡൽഹിയിലും സമീപപ്രദേശങ്ങളിലും ഓസോൺ മാലിന്യം കേവലം രണ്ടു മാസത്തിനുള്ളിൽ (2017 ഫെബ്രുവരി-മാർച്ച്) കുതിച്ചു ചാടിയതിനു കാരണം ഈ ഒരു രാസ സങ്കലനമാണ്. ഉഷ്ണവും ഗ്രൗണ്ട് ലെവൽ ഓസോൺ വാതക കേന്ദ്രീകരണവും തമ്മിൽ അടുത്ത ബന്ധമുണ്ട്. 2017 ഏപ്രിൽ, മെയ് മാസങ്ങളിൽ അന്തരീക്ഷ ഊഷ്മാവ് 27 ൽനിന്നും 32 ഡിഗ്രി സെൽഷ്യസ് ആയി വർദ്ധിച്ചപ്പോൾ (ഏപ്രിൽ 14) ഗ്രൗണ്ട് ലെവൽ ഓസോൺ 134 ഇരട്ടിയായി വർദ്ധിച്ചു. പിന്നീട് മെയ് അവസാനം 48 ഡിഗ്രി വരെ താപനില ഉയർന്നപ്പോൾ ഓസോൺ 177 ശതമാനമായി വർദ്ധിച്ചത് ഈ പ്രശ്നത്തെ സർക്കാർ നിസ്സാരവല്ക്കരിച്ചതുകൊണ്ടു മാത്രമാണ്. കാർബൺ ഡൈ ഓക്സൈഡിനേക്കാൾ 25 മടങ്ങ് നാശം വിതയ്ക്കുന്ന ഓസോൺ പരിധി തിട്ടപ്പെടുത്തുന്നതിനുള്ള മോണിറ്ററിങ് സിസ്റ്റം പ്രധാന നഗരങ്ങളിൽ ഇല്ല എന്നതാണ് വലിയ ദുരന്തം.

ഡൽഹിയിലെ ആർ കെ പുരം, പഞ്ചാബി ബാഗ് തുടങ്ങിയ സ്ഥലങ്ങളിൽ കേന്ദ്രീകരിച്ച ഓസോൺ വാതകംമൂലം ഹൃദയാഘാതം രക്തസമ്മർദ്ദം കരൾ സംബന്ധമായ പ്രശ്നങ്ങൾ 200 മുതൽ 250 ഇരട്ടി വരെ വർദ്ധിച്ചു. കല്ക്കത്ത, പാറ്റ്ന, ചെന്നൈ, അലഹബാദ്, മുർസാദാബാദ് തുടങ്ങിയ സിറ്റികളിലും ഓസോൺ കേന്ദ്രീകരണം 2015 മാർച്ചിനും 2017

മാർച്ചിനും ഇടയിൽ 200 മുതൽ 250 ഇരട്ടിയോളം ഓസോൺ വർദ്ധിച്ചത് നമ്മുടെ ഉൽക്കണ്ഠ വീണ്ടും വർദ്ധിപ്പിക്കുന്നു. അതായത് ഇതിന്റെ വ്യാപ്തി ഇന്ത്യ മൊത്തം വർദ്ധിക്കുകയാണെന്നർത്ഥം. അൾട്രാ വയലറ്റ് റേഡിയേഷൻ (ബി) കൂടുതലുള്ള സ്ഥലമാണ് ഡൽഹിയടക്കമുള്ള ഓസോൺ മാലിന്യ നഗരങ്ങൾ. പ്രതിരോധശക്തിയെക്കുറിച്ച് ത്വക്ക് കാൻസർ (Skin cancer) ഏറ്റവും കൂടുതലുള്ള സ്ഥലങ്ങളാണ് മുകളിൽ പറഞ്ഞ നഗരങ്ങൾ. പരിസ്ഥിതി മന്ത്രാലയത്തിന്റെ എക്സിക്യൂട്ടീവ് ഡയറക്ടറായ അനുമിത റോയ് ചൗധരി ഡൽഹിയും അനുബന്ധ സ്ഥലങ്ങളും ഓസോൺ മാലിന്യ സംബന്ധമായ ബഹുവിധ രോഗങ്ങളിൽ ലോകത്ത് മുൻ നിരയിൽ നില്ക്കുന്ന ഒരു സിറ്റിയായതിന് പിന്നിൽ ലക്ഷ്യബോധമില്ലാത്ത ഇന്ത്യയുടെ പരിസ്ഥിതി നയമാണെന്നു വരെ തുറന്നു പറഞ്ഞതാണ്. 2017 ലെ സ്റ്റെയിറ്റ് ഓഫ് ഗ്ലോബൽ എയർ (State of Global Air 2017) ന്റെ ഇന്ത്യൻ ഓസോൺ മാലിന്യത്തെപ്പറ്റിയുള്ള റിപ്പോർട്ട് ചൈനയെപ്പോലും അമ്പരപ്പിച്ചു. ലോകത്തിൽ ഏറ്റവും കൂടുതൽ ഓസോൺ മാലിന്യം വഴി അകാല മൃത്യുവിന് ഇരയാവുന്നവർ ഇന്ത്യയിലാണ്. ഡൽഹി, ബോംബെ, അഹമ്മദാബാദ്, പാറ്റ്ന തുടങ്ങി സ്ഥലങ്ങളിൽ തുടർച്ചയായി മണിക്കൂറുകളോളം ഓസോൺ അന്തരീക്ഷത്തിൽ തങ്ങി നിന്നത് മരണനിരക്ക് കൂടുതലാക്കുന്നതിനിടവരുത്തി.

ഓസോൺ മാലിന്യം ജനതയെ രോഗികളാക്കുക മാത്രമല്ല ചെടികളെയും വിവിധ ധാന്യവിളകളെയും നശിപ്പിക്കുന്നു. 94 മില്യൺ ജനങ്ങൾ കഴിക്കുന്ന അരി, ഗോതമ്പ്, ചോളം തുടങ്ങിയ ധാന്യങ്ങൾ നശിച്ചു പോകുന്നുണ്ടെന്നാണ് ഡൽഹിയിലെ ഇന്ത്യൻ ഇൻസ്റ്റിറ്റ്യൂട്ട് ഓഫ് ടോപ്പിക്കൽ മെറ്റീരിയോളജി നല്കിയിട്ടുള്ള കണക്ക്. ഓസോൺ മാലിന്യംമൂലം ഓരോ വർഷവും 3.5 മില്യൺ മെട്രിക്ടൺ ഗോതമ്പ് മാത്രം നശിച്ചുപോകുന്നു എന്നാണ് കണക്ക്. ഓസോൺ പാളികളെ ഭൂമിയുടെ ഒരു ഹരിത കവചമായി മാത്രമായാണ് നാം കാണുന്നതും കുട്ടികളെ പഠിക്കുന്നതും. പക്ഷേ, അതിന്റെ ദോഷവശങ്ങളെ നേരിടേണ്ടി വരുന്നത് പ്രാദേശിക ഗവൺമെന്റിന്റെ/രാജ്യത്തിന്റെ വികലമായ ഇന്ധന നയമാണ്. അന്തരീക്ഷത്തിലെ ഉപരി വായുമണ്ഡലമായ സ്ട്രാറ്റോസ് ഫിയറിൽ രക്ഷകനായി (Saviour ozone) പ്രവർത്തിക്കുന്ന അതേ ഓസോൺ വാതകമാണ് ഇന്ത്യയിൽ കൊലപാതകിയായത്. ജൈവ മണ്ഡലത്തിൽ മനുഷ്യന്റെ ശത്രു (Killer Ozone) വും സ്ട്രാറ്റോസ്ഫിയറിൽ ലോകത്തിന്റെ രക്ഷകനുമാകുന്ന ഈ ഒരു സ്വഭാവം ഓസോൺ പാളികൾക്കല്ലാതെ മറ്റൊരു വാതകമണ്ഡലത്തിനും കാണാൻ കഴിയില്ല. ഈ കൊലപാതകത്തിന്റെ ഉത്തരവാദിത്വത്തിൽനിന്ന് കേന്ദ്രഗവൺമെന്റിന് പിൻവാങ്ങാൻ കഴിയില്ല. ഗവൺമെന്റിന്റെ വികലമായ ഇന്ധന നയമാണ് രക്ഷകനായ ഓസോണിനെ കൊലപാതകിയാക്കിയത്. ഡൽഹിയിലും മറ്റു ഓസോൺ മാലിന്യ ഇരകളായ നഗരങ്ങളിൽ വർദ്ധിച്ചു വരുന്ന ഡീസൽ വാഹനങ്ങളുടെ വർദ്ധനവ് തടയാൻ കഴിയാത്തത് ഓസോണിനെ കൊലപാതകി

യാക്കി. കേന്ദ്ര ഗവൺമെന്റാണ് മുൻകൈ എടുക്കേണ്ടത്. പ്രത്യേകനിയമം പാസാക്കി വാഹനങ്ങളിൽനിന്നും പുറത്തു വിടുന്ന കാർബൺ വാതകങ്ങളെ നിയന്ത്രിക്കുന്ന ഇന്ധന നയം (Fuel policy) നടപ്പാക്കുകയാണ് ആദ്യ മാർഗ്ഗം.

ഗ്രൗണ്ട് ലെവൽ ഓസോണിനെ നിയന്ത്രിക്കുന്നതിനുള്ള എളുപ്പ വഴി ഇതു മാത്രമാണ്. തലസ്ഥാനത്തെ ഓസോൺ വിസർജ്ജനം കുറയ്ക്കുന്നതിന് വേണ്ടി ബി എസ് (Bharath stage 6) വാഹനങ്ങൾ നിർബ്ബന്ധമാക്കുന്നതടക്കമുള്ള നിർദ്ദേശങ്ങൾ ദേശീയ ഗ്രീൻ ട്രിബ്യൂണൽ നല്കിയിരുന്നു. ബി എസ് 4 എഞ്ചിൻ 2016 ഏപ്രിൽ തുടങ്ങി 2017 ഏപ്രിൽ അവസാനിക്കുമ്പോഴേക്കും രാജ്യം പൂർണ്ണമായും നടപ്പാക്കുന്നതിന് ഗ്രീൻ ട്രിബ്യൂണലിനെക്കൂടാതെ സുപ്രീം കോടതിയും നിർദ്ദേശിച്ചിരുന്നു. അന്താരാഷ്ട്ര ചട്ടമനുസരിച്ച് ഘട്ടം ഘട്ടം ആയി നടപ്പാക്കേണ്ട ഒരു വലിയ നയമാണിത്. ബി എസ് നാല് മുതൽ ബി എസ് 6 വരെ ഓരോ ഘട്ടത്തിലും സ്വീകരിക്കേണ്ട നടപടിക്രമങ്ങൾ വിവരിക്കുന്നുണ്ട്. 2017 ഏപ്രിൽ 31 ന് അകം നാലാം ഘട്ടം പൂർത്തിയാക്കണം. ഇന്ത്യയിലെ തെരഞ്ഞെടുക്കപ്പെട്ട 13 നഗരങ്ങളിൽ 2010 ൽ തുടങ്ങിയെങ്കിലും ഒരിഞ്ചുപോലും മുന്നോട്ടു പോയിട്ടില്ല. ഇപ്പോൾ സർക്കാർ പറയുന്നത് അഞ്ചാം ഘട്ടം ഒഴിവാക്കി 2022 ആകുമ്പോഴേക്കും ആറാം ഘട്ടം പൂർത്തിയാക്കും എന്നാണ്. ബി എസ് നോംസ് നടപ്പാക്കുന്നതിൽ വന്ന പരാജയമാണ് ഡൽഹിയിലും മറ്റു പ്രധാന നഗരങ്ങളിലും ഓസോൺ വാതകം കുമിഞ്ഞുകൂടി മരണ നിരക്ക് വർദ്ധിക്കുന്നതിനിടവരുത്തിയത്. ഇതിനു വേണ്ടി അന്താരാഷ്ട്ര നിയമത്തിന്റെ നിർദ്ദേശമനുസരിച്ച് നാം ഒരു ഹരിതനിധി (Green Fund) ക്കു രൂപംനല്കിയിരുന്നു. ഇതിൽ വരുന്ന ഫണ്ട് ബി എസ് 6 തുടങ്ങി ഹരിത ഇന്ധനമേഖല വികസിപ്പിക്കുന്നതിന് ഉപയോഗിക്കേണ്ടതാണ്. ഈ നയം നടപ്പാക്കുമ്പോൾ രാജ്യത്തിൽ 90 ശതമാനത്തോളം ഓസോൺ മാലിന്യം കുറയ്ക്കാൻ കഴിയും. ലോകത്തിലെ എല്ലാ വികസിത രാജ്യങ്ങളും ബി എസ് 6 ലേക്ക് മാറുമ്പോൾ അതിന്റെ ഒരു നടപടികളും ഇന്ത്യ സ്വീകരിച്ചിട്ടില്ല. ഡൽഹിയിൽ അമിത ഓസോൺ സാന്നിദ്ധ്യം മരണ നിരക്ക് കൂട്ടുന്നതിന് ഇടവരുത്തിയതിന് പിന്നിൽ സർക്കാരിന്റെ അലംഭാവം കാണാം. ബി എസ് 6 ലേക്ക് കടക്കുമ്പോൾ പെട്രോളിയം കമ്പനികൾക്ക് 50000 കോടി മുതൽ 80000 കോടി വരെ അധിക ബാദ്ധ്യത വരും. ഇതിന്റെ ചെലവ് പെട്രോളിയം കമ്പനിക്കു ഏല്പിക്കുന്നതിനു പകരം ഉപഭോക്താക്കളിൽ നിന്നു പിരിച്ചെടുക്കാനാണ് സർക്കാർ ലക്ഷ്യമിടുന്നത്. ഇതിന്റെ ഭാഗമായാണ് വില കൂട്ടുന്നത്. പക്ഷേ, അധികം വന്ന ഫണ്ടിൽനിന്ന് ഒരു പൈസ പോലും ഗ്രീൻ ഫണ്ടിലേക്ക് മാറ്റിയിട്ടില്ല എന്നു മാത്രമല്ല ഗ്രീൻ ഫണ്ടിലെ പണം പൂർണ്ണമായും വകമാറ്റി ചെലവഴിക്കുകയാണ് സർക്കാർ ചെയ്യുന്നത്. എണ്ണക്കമ്പനികളെ സഹായിക്കുന്ന നയം നമ്മുടെ രാജ്യത്തെ ലോകത്തിലെ ഏറ്റവും വലിയ ഓസോൺ മാലിന്യ രാജ്യമാക്കി മാറ്റി. സൂര്യപ്രകാശത്തിൽനിന്നും പുറത്തുവരുന്ന മാരകമായ

അൾട്രാവയലറ്റ് കിരണങ്ങളെ തടഞ്ഞുവെച്ച് ഭൂമിക്ക് ഒരു ഹരിതകവചം സൃഷ്ടിക്കുന്ന ഒരു രക്ഷകനായിട്ടാണ് ഓസോൺ നില്ക്കുന്നത്. വിവിധ രാജ്യങ്ങൾ ഉല്പാദിപ്പിച്ച ക്ലോറോ ഫ്ളൂറോ കാർബൺ ഓസോൺ പാളിയിൽ വിള്ളലുണ്ടാക്കുകയും മാരകമായ അൾട്രാ വയലറ്റ് കിരണങ്ങൾ ഭൂമിയിലെത്തിപ്പെടുന്നതിനും ഇടവരുത്തി. ഇത് തടയുന്നതിന് വേണ്ടിയാണ് 2015 ഡിസംബറിൽ ആഗോള കാലാവസ്ഥാ കരാറിൽ ഇന്ത്യ ഒപ്പിട്ടത്. ഇന്ത്യയിൽ സ്ട്രാറ്റോസ്ഫിയറിലെ ഓസോൺ ശോഷണം വഴി പുറന്തള്ളപ്പെടുന്ന അൾട്രാവയലറ്റ് കിരണങ്ങൾക്കുത്തരവാദി ഇന്ത്യയല്ലെങ്കിലും ഈ കാലാവസ്ഥാനയം നടപ്പാക്കുകയെന്ന ഭാരിച്ച ഉത്തരവാദിത്വം സർക്കാരിനുണ്ട്. അതുകൊണ്ടുതന്നെ അമേരിക്കയെക്കൊണ്ട് കാലാവസ്ഥക്കരാറിൽനിന്ന് പിൻവാങ്ങിയപ്പോഴുള്ള പ്രതിഷേധം ഇന്ത്യ അറിയിക്കേണ്ട ഉത്തരവാദിത്വവും ഉണ്ട്. അതുപോലെ ബയോസ്ഫിയറിലുള്ള ഓസോൺ വളർച്ച തടയുന്നതിനും നമുക്കല്ലാതെ മറ്റാർക്കും കഴിയില്ല. ഇത് ഉടനെ ചെയ്യേണ്ട കർത്തവ്യമാണ്. ബി എസ് 6 ഉടനെ നടപ്പാക്കാത്ത പക്ഷം ഇന്ത്യയിലെ ഭൂരിപക്ഷം വരുന്ന നഗരങ്ങളും മാലിന്യരോഗങ്ങൾക്ക് അടിമപ്പെട്ട് 2018 അവസാനമാകുമ്പോഴേക്കും തളർന്ന് പോകും എന്ന് ഓർമ്മിപ്പിക്കാനുള്ളതാവട്ടെ ഈ ഓസോൺ ദിനം.

ക്ലീൻ ഏനർജി ഫണ്ട് വകമാറ്റാനുള്ള ശ്രമം കേന്ദ്രം ഉപേക്ഷിക്കുക

ഹരിത ഊർജ്ജം വർദ്ധിപ്പിക്കുന്നതിനു വേണ്ടിയാണ് 2010 ൽ ഗ്രീൻ എനർജി ഫണ്ട് (ക്ലീൻ എനർജി ഫണ്ട്) രൂപീകരിച്ചത്. കാർബൺ ടാക്സിനു പകരം 'കോൾ സെസ്' എന്ന പേരിൽ കല്ക്കരിയുടെ ഇറക്കുമതിയിലും ഉപഭോഗത്തിലും ചുമത്തുന്ന നികുതിയാണിത്. കഴിഞ്ഞ ധനകാര്യ വർഷത്തിൽ ഏറ്റവും കൂടുതൽ വിഹിതമാണ് ഈ ഫണ്ടിൽ വന്നുചേർന്നത്. ഏതാണ്ട് 54336 കോടി രൂപയോളം വന്നു ചേർന്നു. കല്ക്കരിയുടെ ഉപഭോഗം കുറയ്ക്കുന്നതിനും പുനരുല്പാദന ഊർജ്ജം, പ്രത്യേകിച്ചും സോളാർ എനർജി ഉൾപ്പെടെയുള്ള ഊർജ്ജ മേഖലകളിൽ നിക്ഷേപം വർദ്ധിപ്പിക്കുകയാണ് ഗ്രീൻ എനർജി ഫണ്ടിന്റെ പ്രധാന ലക്ഷ്യം. ഇതിൽ കൂടുതൽ പണം എത്തിക്കുന്നതിനു വേണ്ടിയാണ് കല്ക്കരി ടണ്ണിന് 50 രൂപയിൽ തുടങ്ങിയ സെസ് 2015 ൽ 100 ഉം 2016 ൽ 400 രൂപയും ആയി ഒറ്റയടിക്ക് വർദ്ധിപ്പിച്ചത്. പക്ഷേ, ആഗോള കാലാവസ്ഥാ കരാറിനു വിരുദ്ധമായി, ഈ ഫണ്ട് ഉപയോഗിച്ചത് വലിയ വിമർശനത്തിന് വഴിയൊരുക്കി 'ക്ലീൻ' ഫണ്ടിൽനിന്ന് കേന്ദ്ര ഗവൺമെന്റ് നാമമാത്രമായ തുക (10 ശതമാനത്തിൽ കുറവ്) മാത്രമേ റിന്യൂവബിൾ എനർജിയിൽ നിക്ഷേപിച്ചിട്ടുള്ളൂ. ഇന്റർനാഷണൽ സോളാർ അലയൻസിലും ആഗോള മേഖലയിൽ നിക്ഷേപിക്കണം എന്നു കരാറാക്കിയതാണ്. കൂടാതെ ആഗോള-കാലാവസ്ഥാ കരാറിൽ ഇന്ത്യയുടെ പങ്ക് പൂർത്തീകരിക്കാൻ 2030 ആകുമ്പോഴേക്കും 2005 ലെ വിസർജ്ജന നിരക്കിനേക്കാൾ 33 മുതൽ 35 ശതമാനം വിസർജ്ജന നിരക്ക് കുറയ്ക്കണം. ഇതിനൊക്കെ വേണ്ടിയാണ് ഇങ്ങനെ ഒരു ഫണ്ട് കരാറിൽ ഒപ്പിട്ട എല്ലാ രാജ്യങ്ങളിലും കൊണ്ടുവന്നത്. പുനരുല്പാദന ഊർജ്ജ മേഖലയിൽ കാര്യമായ നിക്ഷേപം നടത്തിയാൽ മാത്രമേ ഈ ലക്ഷ്യം കൈവരിക്കാൻ സാധിക്കൂ. ഫണ്ട് വരുന്നത് കോൾസെസ്സിൽ നിന്നാണ്. കേന്ദ്ര ഊർജ്ജ

മന്ത്രി പിയൂഷ് ഗോയൽ 2017-2018 കാലത്ത് 35000 കോടി മുതൽ 40000 കോടി രൂപ വരെ ജി എസ് ടിയായി കല്ക്കരിയിൽനിന്നും പ്രതീക്ഷിക്കുന്നതായി വെളിപ്പെടുത്തിയിട്ടുണ്ട്. ഈ ഫണ്ടും 2016-2017 ൽ പിരിച്ച 27600 കോടി രൂപയും ചേർത്ത് 57600 കോടി രൂപയുടെ കോമ്പൻസേഷൻ സെസ് (Compensation sess) എന്ന ഒരു കോർപ്പസ് ഫണ്ട് ഉണ്ടാക്കി ഈ തുക ജി എസ് ടി നടപ്പാക്കുമ്പോഴുള്ള നഷ്ടപരിഹാരത്തിന് ഉപയോഗിക്കും എന്നാണ് പറഞ്ഞത്. നാഷണൽ ക്ലീൻ ഫണ്ട് ഇല്ലാതാകുന്നതോടുകൂടി മിനിസ്റ്ററി ഓഫ് ന്യൂ ആന്റ് റിന്യൂവബിൾ എനർജി (MNRE) തന്നെ ഫലത്തിൽ കടലാസുതോണിയായി മാറും. ഇങ്ങനെ വരുമ്പോൾ ഇത് ഇന്ത്യയുടെ പാരീസ് കരാറിൽ നിന്നുള്ള തിരിച്ചുപോക്കായി വേണം കരുതാൻ.

ഇന്ത്യയിൽ റിന്യൂവബിൾ എനർജിയുടെ ഉല്പാദനക്ഷമത കേവലം 46 ഗിഗാ വാട്ട് (GW) മാത്രമാണ്. എന്നാൽ കാലാവസ്ഥാ കരാറനുസരിച്ച് 2022 ആകുമ്പോഴേക്കും റിന്യൂവബിൾ എനർജി കേവലം അഞ്ചു വർഷം കൊണ്ട് 122 ഗിഗാവാട്ടായി വർദ്ധിപ്പിക്കേണ്ടതായിട്ടുണ്ട്. ഓരോ വർഷവും കല്ക്കരി നികുതി ആയി പിരിച്ചെടുക്കുന്ന തുകയുടെ ഏതാണ്ട് 5 ഇരട്ടി 270000 കോടി (54000 x 5)യോളം ഗ്രീൻ എനർജി സംരംഭത്തിൽ നിക്ഷേപം വർദ്ധിപ്പിച്ചാൽ മാത്രമേ ഈ ലക്ഷ്യം കൈവരിക്കാൻ ഇനിയുള്ള ഓരോ വർഷം 21.6 ഗിഗാവാട്ട് ക്ലീൻ എനർജി ഉല്പാദിപ്പിക്കേണ്ടതുണ്ട്. രണ്ടുവർഷത്തിനുള്ളിൽ 1 ഗിഗാവാട്ടുപോലും ഉല്പാദിപ്പിക്കാൻ കേന്ദ്രഗവൺമെന്റിന് കഴിഞ്ഞിട്ടില്ല. മോദി സർക്കാർ 2022 ആകുമ്പോഴേക്കും 130 GW ഉല്പാദിപ്പിക്കാൻ പ്രയാസം. അധികാരത്തിൽ വന്ന ശേഷം ഹരിത ഫണ്ടിൽ എത്തിപ്പെട്ട തുകയുടെ 40 ശതമാനത്തിൽ കൂടുതൽ ക്ലീൻ എനർജി ഫണ്ടിൽനിന്നും മാറ്ററുതെന്നു ഭേദഗതിചെയ്തു. എനർജി ഫണ്ടിനെ വെറും നോമിനൽ ഫണ്ട് മാത്രമായി തരംതാഴ്ത്തി. ഫണ്ടിൽ വരുന്ന മുഴുവൻ തുകയും ജി എസ് ടി കോമ്പൻസേഷൻ ഫണ്ടിലേക്ക് മാറ്റും എന്ന്. അതായത് പുതിയ ചരക്ക് സേവന നികുതി (ജി എസ് ടി) വന്നതിനുശേഷം സംസ്ഥാനങ്ങൾക്ക് വരുന്ന സാമ്പത്തിക നഷ്ടം പരിഹരിക്കാൻ നേഷനൽ ഗ്രീൻ എനർജി ഫണ്ടിലെ പണം മുഴുവൻ ഉപയോഗപ്പെടുത്തും.

മോദിയുടെ അമേരിക്കൻ സന്ദർശനത്തിനുശേഷം ഊർജ്ജനയത്തിൽ കാര്യമായ മാറ്റമാണിത്. പുതിയ ചരക്ക് സേവന നികുതി. അന്താരാഷ്ട്ര തലത്തിൽ ഉണ്ടായ ഒരു കരാറിന്റെ അടിസ്ഥാനത്തിൽ രൂപം കൊണ്ട ഫണ്ടാണിത്. പല രാജ്യങ്ങളിൽ പല പേരുകളിലായാണ് ഈ ഫണ്ടിന് രൂപംനല്കിയത്. കരാറിൽ ഒപ്പിട്ട ഇന്ത്യ മാത്രമാണ് ഗ്രീൻ ഫണ്ടിലെ പണം പൂർണ്ണമായും വകമാറ്റി ചെലവഴിക്കുന്നത്. 121 രാജ്യങ്ങൾ ചേർന്ന് രൂപീകരിച്ച് ഗ്രീൻ എനർജി ഫണ്ട് ഇന്ത്യയിലും നിലവിൽ വന്നു. മോദിയുടെ പുതിയ ജി എസ് ടി കോമ്പൻസേഷൻ ഫണ്ട് രൂപീകരിച്ചാൽ തത്ത്വത്തിൽ ക്ലീൻ എനർജി ഫണ്ട് പൂർണ്ണമായും ഇല്ലാതാവും. ഇന്റർനാഷണൽ സോളാർ അലയൻസ് എന്ന സംഘടനയാണ് ക്ലീൻ എനർജി ഫണ്ടിനു വേണ്ട മാർഗ്ഗനിർദ്ദേശങ്ങൾ നല്കുന്നത്. പക്ഷേ, അമേ

രിക്കയുടെ കാലാവസ്ഥാ കരാർ പിന്മാറ്റത്തിനുശേഷം സോളാർ അലയൻസിന് ഒരു രാഷ്ട്രത്തോടും നിർബ്ബന്ധിക്കാൻ പറ്റാതാകുകയും ഈ അവസരം മുതലെടുത്ത് മോദി സർക്കാർ ക്ലീൻ എനർജി ഫണ്ടിനെ വധശിക്ഷയ്ക്കു വിധിക്കുകയും ചെയ്തു. ഹരിത സംരക്ഷണത്തിന്റെ കാവലാളായ ഗ്രീൻ ട്രൈബ്യൂണലിന്റെ അധികാരം എടുത്തുകളഞ്ഞു നിർവ്വീര്യമാക്കിയത് ഇതിന്റെ സൂചനയാണ്.

ക്ലീൻ എനർജി സെസ് വഴി ലഭിക്കുന്ന 57600 കോടി രൂപയോളം വരുന്ന തുക കോമ്പൻസേഷൻ ജി എസ് ടി ഫണ്ടിലേക്ക് മാറ്റുമെന്ന പ്രഖ്യാപനം പാരീസ് കരാറിന്റെ നഗ്നമായ ലംഘനമായതുകൊണ്ടാണ് പരിസ്ഥിതി പ്രവർത്തകർ ഇതിനെ എതിർക്കുന്നത്. ഇങ്ങനെയാകുമ്പോൾ അന്താരാഷ്ട്ര തലത്തിൽ രൂപീകരിച്ച നമ്മുടെ ക്ലീൻ എനർജി ഫണ്ട് തത്ത്വത്തിൽ ഇല്ലാതാകും. മാത്രമല്ല ഇന്ത്യയിൽ നടന്നുകൊണ്ടിരിക്കുന്ന 55 ഓളം റിന്യൂവബിൾ എനർജി പ്രോജക്ടിനു വേണ്ട പണം എവിടെനിന്നും ലഭിക്കും എന്ന ആശങ്കയും വരും. 2010 മുതൽ 2013 വരെ ഓരോ വർഷവും 12000 കോടി മുതൽ 15000 കോടി വരെ ഗ്രീൻ ഫണ്ടിൽ വരുമ്പോൾ ചെലവാകാത്ത പണം (മനഃപൂർവ്വം ചെലവാക്കാതെ) സർക്കാർ ധനകാര്യ കമ്മി നികത്തുന്നതിന് വേണ്ടിയാണ് ഉപയോഗിക്കുന്നതെന്നതും ധനദുർവ്വിനിയോഗമാണ്. ക്ലീൻ എനർജിക്കു വേണ്ടി മാത്രം ഉപയോഗിക്കേണ്ട ഫണ്ട്, മറ്റ് പരിസ്ഥിതി ആവശ്യത്തിന് ഉപയോഗിക്കുന്നതിനു വേണ്ടി നാഷണൽ ക്ലീൻ എനർജി ഫണ്ട് (National clean energy fund) നെ 2017 ൽ നാഷണൽ ക്ലീൻ എനർജി ആന്റ് എൻവയോൺമെന്റ് ഫണ്ട് (National clean energy and enviornment fund) എന്നാക്കി മാറ്റി ഗംഗാനദീ ശുദ്ധീകരണത്തിനും ചരക്ക് സേവന നികുതിയിലെ വരുമാന നഷ്ടം പരിഹരിക്കുന്നതിനും ഈ ഫണ്ട് ഉപയോഗിക്കാൻ തുടങ്ങി.

കാലാവസ്ഥാ കരാറിൽ ഒപ്പിട്ട ചൈന, ഇംഗ്ലണ്ട്, ഫ്രാൻസ്, ജപ്പാൻ തുടങ്ങി 40 ഓളം വികസിത രാജ്യങ്ങളും പാകിസ്ഥാൻ, ബർമ്മ, ബംഗ്ലാദേശ്, ലാറ്റിനമേരിക്കൻ രാജ്യങ്ങൾ തുടങ്ങിയ വികസ്വര രാജ്യങ്ങളും ഗ്രീൻ ഫണ്ടിന്റെ 80 മുതൽ 90 ശതമാനം വരെ ക്ലീൻ എനർജിക്കു വേണ്ടി ഉപയോഗിക്കുമ്പോൾ ഇന്ത്യ മാത്രമാണ് വകമാറ്റി ചെലവഴിക്കുന്നത്. കഴിഞ്ഞ വർഷം നരേന്ദ്രമോദി ഇംഗ്ലണ്ട് സന്ദർശിച്ചപ്പോൾ ഇംഗ്ലണ്ടും ഇന്ത്യയും 500 ബില്യൺ ഡോളർ (120 ബില്യൺ വീതം രണ്ടു രാജ്യങ്ങളിലെ സർക്കാരും ബാക്കി 360 ബില്യൺ സ്വകാര്യ മേഖലയും) ക്ലീൻ എനർജിക്കു നിക്ഷേപം നടത്താൻ തയ്യാറായതാണെന്ന് കാണിച്ച് ഒരു ഗ്രീൻ ഗ്രോത്ത് ഇക്വിറ്റി ഫണ്ടിന് രൂപംനല്കിയെങ്കിലും ഇതുവരെ പ്രവർത്തനക്ഷമമായില്ല. അന്താരാഷ്ട്ര സമൂഹത്തെ ബോദ്ധ്യപ്പെടുത്തുന്നതിനുള്ള തന്ത്രമായിരുന്നു ഇത് എന്ന് ബോദ്ധ്യപ്പെട്ടത് ഗ്രീൻ ഫണ്ടിന് മരണശിക്ഷ വിധിച്ച ശേഷമാണ്! ഇംഗ്ലണ്ട് ഗ്രീൻ ഗ്രോത്ത് ഇക്വിറ്റി ഫണ്ടിൽ നിക്ഷേപം നടത്താൻ തയ്യാറായെങ്കിലും ഇംഗ്ലണ്ടുമായുള്ള കരാർ പിൻവലിക്കാൻ ഇന്ത്യ തയ്യാറായില്ല. അമേരിക്ക കാലാവസ്ഥാ കരാറിൽനിന്നും പിൻവാങ്ങിയ അവസരം മുതലെടുത്ത് തന്ത്രപൂർവ്വം

ഒഴിഞ്ഞു മാറി. പാരീസ് കരാർ നിലവിൽ വന്നശേഷം യൂറോപ്യൻ യൂണിയനിലെ പോളണ്ട്, ഹങ്കറി, ബൾഗേറിയ, സ്ലോവാക്യ തുടങ്ങിയ രാജ്യങ്ങൾ ഏകദേശം 10 ബില്യൺ ഡോളറോളം വരുന്ന കല്ക്കരിക്ക് നല്കുന്ന സബിസിഡി എടുത്തു കളഞ്ഞു അവ ക്ലീൻ എനർജി വ്യവസായങ്ങൾക്കു നല്കി. ഗ്രീൻ ഫണ്ടിൽ വന്നു ചേർന്ന പണം പൂർണ്ണമായി റിന്യൂവബിൾ എനർജി വികസിപ്പിക്കുന്നതിന് ഉപയോഗിക്കുക മാത്രമല്ല ബഡ്ജറ്റിൽ പ്രത്യേക ഫണ്ട് നീക്കിവെക്കപ്പെടുകയും ചെയ്തു. ഈ സമയത്താണ് ഇന്ത്യ ഏതാണ്ട് 25 ബില്യൺ ഡോളർ ഗ്രീൻ ഫണ്ടിൽനിന്ന് വകമാറ്റി ചെലവഴിച്ചത് എന്നോർക്കണം. മൊത്തം ഊർജ്ജത്തിന്റെ 80.7 ശതമാനവും റിന്യൂവബിൽ സോഴ്സിൽനിന്ന് സമ്പാദിക്കുന്ന കാലിഫോർണിയ ഗോൾഡൻ സ്റ്റേറ്റായി മാറി (2017 മെയ് 13 ന്) അതിന് വേണ്ടി രണ്ടു വർഷം മുൻപേ സെനറ്റ് ബിൽ 100 പാസാക്കിയെടുത്തു. ഇത്തരം രാജ്യങ്ങളുമായി താരതമ്യം നടത്തുമ്പോഴാണ് ലോകത്തിൽ മോദിയുടെ പരിസ്ഥിതി കാപട്യം ബോദ്ധ്യപ്പെടുന്നത്. മാത്രമല്ല വൻകിട കൽക്കരി മാഫിയ പാരീസ് കരാറിനെതിരെ വരുകയും യൂറോപ്യൻ യൂണിയനെ വിമർശിക്കുകയും ചെയ്തതിനു ശേഷമാണ് 200 മില്യൺ ടണ്ണോളം കല്ക്കരി ഇറക്കുമതി ചെയ്തത്.

ബഹുരാഷ്ട്ര എണ്ണക്കമ്പനികൾ ഏറ്റവും കൂടുതൽ ക്രൂഡോയിലും കല്ക്കരിയും വിറ്റഴിക്കുന്ന രാജ്യമാണ് ഇന്ത്യ. ഇവിടെ റിന്യൂവബിൾ എനർജി വിപണനം ശക്തിപ്പെടുന്നത് തടയാനുള്ള ശ്രമമാണ് ഇതിന്റെ ലക്ഷ്യമെന്ന് വ്യക്തം! ജി എസ് ടി നിലവിൽ വന്നപ്പോൾ കല്ക്കരിക്കമ്പനികൾക്ക് കൂടുതൽ മിച്ചം. മുൻപെ 11 ശതമാനമായി തന്നത് കോൾ സെസ്, ജി എസ് ടി വന്നപ്പോൾ കേവലം 5 ശതമാനമാക്കിയത് ബഹുരാഷ്ട്ര കോൾ ഉല്പാദകരെ സഹായിക്കാനാണ്. പാരീസ് കരാറിന്റെ ഭാഗമായി അന്താരാഷ്ട്ര സമൂഹത്തിന് നല്കിയിട്ടുള്ള എൻ ഡി സി (ഓരോ രാജ്യവും കാർബൺ ഉപഭോഗത്തിന്റെ 20 കുറയ്ക്കുന്നതിന് സ്വീകരിച്ച നയരേഖ) അനുസരിച്ച് 2022 ആകുമ്പോഴേക്കും കല്ക്കരി ഉപഭോഗത്തിന്റെ 20 ശതമാനം കുറയ്ക്കുമെന്ന് ഉറപ്പ് നല്കിയിരുന്നു. ഈ ഉറപ്പ് ലംഘിച്ച് 204 കല്ക്കരി ഖനികളിൽ 64 എണ്ണം സ്വകാര്യ വ്യക്തികൾക്ക് ലേലം ചെയ്തു വിറ്റു. ഇതോടുകൂടി കല്ക്കരിയുടെ ഉപഭോഗം 2013 നെ അപേക്ഷിച്ച് 2017 മാർച്ച് ആയപ്പോഴേക്കും കുറയുന്നതിനു പകരം 22 ശതമാനം വർദ്ധിക്കുകയാണ് ചെയ്തത്! ക്ലീൻ എനർജി ഉപയോഗിച്ച രാജ്യങ്ങളിലെല്ലാം ഒരു യൂണിറ്റ് ക്ലീൻ എനർജിയുടെ വിലയേക്കാൾ 50 മുതൽ 60 ശതമാനംവരെ കുറഞ്ഞിട്ടും നാം ഇപ്പോഴും കല്ക്കരിയുടെയും ഓയിലിന്റെയും പിന്നാലെ പോകുന്നതിന്റെ രഹസ്യം മനസ്സിലാക്കാൻ അധികം ധാരണ ആവശ്യമില്ല.

കാലാവസ്ഥാ വ്യതിയാനം ലോകത്തിലെ വലിയ പ്രശ്നമായി മാറുന്ന അവസരത്തിൽ അമേരിക്ക ഒഴിച്ചുള്ള എല്ലാ രാഷ്ട്രങ്ങളും ശക്തമായി ക്ലീൻ എനർജി നടപ്പാക്കുമ്പോൾ ഈ രംഗത്ത് ഇന്ത്യയുടെ സംഭാവന എന്ത് എന്ന ചോദ്യമുയരുന്നു.

കൊച്ചിബാവയിലെ ജലസമരം: പരിസ്ഥിതി പ്രവർത്തകർക്ക് ഇന്നും ആവേശം

ബൊളീവിയയിലെ ഏറ്റവും പ്രധാനപ്പെട്ട നഗരമായ കൊച്ചബാവയിൽ 1999–2000 കാലയളവിൽ നടന്നിട്ടുള്ള ജലസമരം ലോകത്തിലെ പരിസ്ഥിതി പ്രവർത്തകർക്ക് എന്നും ആവേശമാണ്. ഈ നഗരത്തിലെ ജലവിതരണം നടത്തിയിരുന്ന മുനിസിപ്പൽ വാട്ടർ സപ്ലൈ കമ്പനിയായ സെമാപ സ്വകാര്യവല്ക്കരിക്കുന്നതിന് എതിരെ നടത്തിയിട്ടുള്ള ഐതിഹാസികമായ സമരമാണ് ചരിത്രത്തിന്റെ ഭാഗമായിത്തീർന്നത്. ലോകത്തിലെ ബഹുരാഷ്ട്ര കമ്പനിയായ ബെച്ചലിന്റെ (Betechel) പുതിയ ഫോം ആയ അഗസ് ഡി ടൂണേരി (Augus-Tuneri) ഐതിഹാസികമായി പെട്ടെന്ന് ജലനിരക്ക് ഉയർത്തിയതോടുകൂടിയാണ് സമരം ആരംഭിക്കുന്നത്. ലോകബാങ്കിന്റെ സമ്മർദ്ദത്തോടുകൂടി സെമാപ കമ്പനി അഗസ് ഡി ടൂണേരിക്ക് വിട്ടുകൊടുക്കുകയും ജലനിരക്ക് 100 മുതൽ 150 ശതമാനം വരെ ഉയർത്തിയത് ജനകീയ പ്രക്ഷോഭത്തിന് വഴിവെച്ചു. ഇവരെ സഹായിക്കുന്നതിനുവേണ്ടി പാർലമെന്റിൽ ജലനിയമം 2029 പാസാക്കുകയും സ്വകാര്യവ്യക്തിയുടെ കിണറുകളിലെയും തോടുകളിലെയും ജലത്തിന്റെ പൂർണ്ണമായ ഉടമസ്ഥത ടൂണേരിക്ക് ലഭിച്ചു. ഇതോടുകൂടി കോഓപ്പറേറ്റീവ് സഹകരണ സംഘങ്ങൾക്കും ജലവിതരണം നടത്താൻ അവകാശം നഷ്ടപ്പെടുകയും യാതൊരു പ്രതിഫലവും നല്കാതെ ഈ കമ്പനിയെ ബഹുരാഷ്ട്ര കമ്പനികൾ ഏറ്റെടുക്കുകയും ചെയ്തു.

ബൊളീവിയയിലെ കൊച്ചബാവ മുനിസിപ്പാലിറ്റിയിൽ 8 ലക്ഷത്തോളം വരുന്ന ജനങ്ങൾക്ക് ആവശ്യമായ ജലം വിതരണം ചെയ്തിരുന്നത് സഹകരണ സംഘങ്ങളും സിസ്റ്റേഡ് എന്ന പേരായിട്ടുള്ള പ്രാദേശിക കുടുംബ സംഘങ്ങളുമായിരുന്നു. കൊച്ചബാവ മുനിസിപ്പാലിറ്റിയിലെ എല്ലാ സ്വകാര്യ ഉടമസ്ഥതയിലുള്ള കിണറുകളിൽപ്പോലും ഈ ബഹുരാഷ്ട്ര കമ്പനികൾ മീറ്ററുകൾ വച്ച് ചാർജ്ജ് ഈടാക്കുകയും

ചെയ്തു. കൃഷിക്ക് പോലും ജലം ഉപയോഗിക്കാൻ ലഭിക്കാതാകുകയും കാർഷികോല്പാദനം 40 മുതൽ 50% വരെ കുറഞ്ഞു. ഭക്ഷ്യക്ഷാമവും ജലക്ഷാമവും ഒരുമിച്ചനുഭവപ്പെട്ട കാലഘട്ടമായിരുന്നു അത്. 80 ഡോളർ വരുമാനമുള്ള ഒരു സാധാരണ പൗരൻ 25 ഡോളർ ജലത്തിനു വേണ്ടി നീക്കി വെക്കപ്പെട്ടു. ഈ കമ്പനിയുടെ ലാഭക്കൊതിക്ക് രാഷ്ട്രീയ സുരക്ഷിതത്വവും നല്കിയത് രാജ്യത്തെ കൂടുതൽ പാപ്പരാക്കി. കമ്പനിയുടെ ലാഭനിരക്ക് ആദ്യം തീരുമാനിക്കുകയും അതിനു ശേഷം ജലത്തിന്റെ വില തീരുമാനിക്കുന്ന നയം വരെ കൊച്ചബാവ മുനിസിപ്പാലിറ്റി അംഗീകരിക്കേണ്ടിവന്നു. മഴ പെയ്താൽ മരത്തിൽനിന്നും ഒലിച്ചു വരുന്ന ജലത്തെ ഊറ്റിയെടുത്ത് ഭക്ഷണമുണ്ടാക്കുന്നതിന് പോലും അനുവാദം നല്കിയിരുന്നില്ല. വില വർദ്ധനവ് മാത്രമല്ല സഹകരണ സ്ഥാപനങ്ങൾ നടത്തിയതിനേക്കാൾ 400 മുതൽ 500 ഇരട്ടിവരെ ജലത്തിന് വില ഈടാക്കി. ഈ അനീതിക്കെതിരെ തൊഴിലാളി സംഘടനകളും കർഷകരും ഒരുമിച്ചു ചേർന്ന് ലാ കോർഡിനാഡാറ (La Cordinadara) എന്ന ട്രേഡ് യൂണിയന് രൂപംനല്കുകയും ചൂഷണത്തിനെതിരെ സമരം ആരംഭിക്കുകയും ചെയ്തു. 2005 ജനുവരി 11 ന് മുമ്പേ ഈ നിയമം റദ്ദാക്കിയിട്ടില്ലെങ്കിൽ ശക്തമായ സമരം നേരിടേണ്ടിവരുമെന്ന് മുന്നറിയിപ്പ് നല്കി. മാർച്ച് 22 ന് ഇതിന്റെ ഭാഗമായി 50,000 ത്തോളം പേർ പങ്കെടുത്ത ഒരു റഫറണ്ടം നടന്നു. ഇതിൽ 95% വും 2029 നിയമം റദ്ദ് ചെയ്യണമെന്നും ജല ബഹുരാഷ്ട്ര കമ്പനികൾ രാജ്യം വിട്ടുപോകണമെന്നും ആവശ്യപ്പെട്ടു. ജനങ്ങൾ കൂട്ടമായി അകാസ്തൂണേരിയുടെ ഓഫീസ് കൈയേറുകയും ഭീഷണിപ്പെടുത്തുകയും ചെയ്തതോടുകൂടി ഈ കമ്പനിയുടെ കാലിടറാൻ തുടങ്ങി. ചെറിയ കുട്ടികൾ മുതൽ പ്രായമായ ആളുകൾ വരെ ഐ എം എഫിനും വേൾഡ് ബാങ്കിനുമെതിരെ സമരം ചെയ്ത ചരിത്രം ലോകത്തിലൊരിടത്തും ഉണ്ടായിട്ടില്ല. ഒടുവിൽ ടൂണേരി കമ്പനിക്ക് പൊലീസ് സംരക്ഷണം നല്കാൻ പറ്റില്ലെന്ന് പൊലീസ് അറിയിച്ചതോടുകൂടി ബൊളീവിയ വിടാൻ ഇവർ തീരുമാനിക്കുകയായിരുന്നു

ജലചൂഷണത്തിനെതിരെ സമരം ചെയ്ത് വിജയം നേടി ഒരു പുഴയെത്തന്നെ സംരക്ഷിച്ച പാരമ്പര്യമാണ് മദ്ധ്യപ്രദേശിലെ ആദിവാസി പാർലമെന്റ് മന്ദിരത്തിനുള്ളത് ശിവനന്ദ പുഴ മൂന്നൂറ്റി നാല്പത്തഞ്ച് കിലോമീറ്ററോളം ഒഴുകുന്ന മഹാനദിയിലെ മഹാനദിയുടെ ഏറ്റവും വലിയ പോഷക നദിയായിരുന്നു. ബഹുരാഷ്ട്ര കമ്പനിയുടെ ഇന്ത്യയിലെ ജല ഏജന്റായ ബി ജെ പിയുടെ കൈലാഷ് നാഥ ജോഷിക് റേഡിയന്റ് എന്ന വാട്ടർ കമ്പനിയുണ്ട്. ജലം ഊറ്റിയെടുക്കുന്നതിന് വേണ്ടി ഈ നദിയുടെ 23.5 കി മീറ്ററോളം കൈലാസനാഥ ജോഷിയുടെ വാട്ടർ കമ്പനിക്ക് കൈമാറിയത് ഇന്ത്യൻ ചരിത്രത്തിൽ ആദ്യമായാണ്. ഒരു പുഴയുടെ ഭാഗം സ്വകാര്യ വ്യക്തിക്ക് കൈമാറുന്നത്. ആദിവാസികളായ ഈ പ്രദേശത്തിലെ ഗ്രാമീണർ നദി സ്ഥിരമായി ഉപയോഗിക്കുകയും കുളിക്കുന്നതിനും അലക്കുന്നതിനും കന്നുകാലികളെ കുളിപ്പിക്കുന്നതിനും ഉപയോഗിക്കാൻ തുടങ്ങി. ഇതിനെതിരെ റേഡിയസ് കമ്പനിക്കാർ തൊഴിലാളി

കൾക്കെതിരെ യുദ്ധം പ്രഖ്യാപിച്ചെങ്കിലും അവസാനം കൈമാറ്റം റദ്ദു ചെയ്യേണ്ടിവന്നു. ജനങ്ങൾ നടത്തിയിട്ടുള്ള സമരം ജലത്തെ രാഷ്ട്രീയവ ല്ക്കരിക്കാനുള്ള ബഹുരാഷ്ട്ര കുത്തകകളെ നിരായുധരാക്കുന്ന ചരിത്ര മാണ് ലോകമെങ്ങും നടക്കുന്നത്. ലോകത്തിന്റെ പല ഭാഗങ്ങളിലായി പ്രത്യേകിച്ചും ടാൻസാനീയ, അർജന്റീന തുടങ്ങിയ രാജ്യങ്ങളിൽ സാധാ രണക്കാരൻ നടത്തിയിട്ടുള്ള ബഹുജന പ്രക്ഷോഭങ്ങളിൽ കീഴടങ്ങി നിയമം മാറ്റേണ്ടിവന്നു. ടാൻസാനീയയിലെ ടാർസലാം കമ്പനിക്കെതിരെ നടത്തിയിട്ടുള്ള ബഹുജന സമരം മറ്റൊരു വിജയകഥയായിരുന്നു. അർജന്റീനയെ പൊതു ഉപഭോക്തൃ സർവ്വീസുകളായി സ്വകാര്യവല്ക്ക രിക്കുന്നതിനുവേണ്ടി നാഷണൽ അഡ്മിനിസ്ട്രേറ്റീവ് ലോ അർജന്റീനി യൻ പ്രസിഡന്റ് കാർലോസ് മെലോ കൊണ്ടുവന്നു. ഇതിന്റെ ഫലമായി ജലത്തിന്റെ വില 5000 ഇരട്ടിയോളം വർദ്ധിക്കുകയും സാധാരണക്കാ രന്റെ കൈയിൽനിന്നും ജലലഭ്യത അകന്നുപോകുകയും ചെയ്തു. ഇതി നെതിരെ നടത്തിയിട്ടുള്ള സമരം പുഴകളടക്കമുള്ള പബ്ലിക് യൂട്ടിലിറ്റി സർവ്വീസുകൾ ദേശസാല്ക്കരിക്കണമെന്നുമുള്ള ജനങ്ങളുടെ ആവശ്യം കാർലോസ് ഗവൺമെന്റിന് അംഗീകരിക്കേണ്ടിവന്നു. ഈ അവസരത്തി ലാണ് അഗാസ് അർജന്റീന എന്ന ബഹുരാഷ്ട്ര കമ്പനി നിലവിലുള്ള നിരക്കിനേക്കാൾ 29.6% ജലനിരക്ക് കുറയ്ക്കാമെന്നും ഉറപ്പു നല്കി. ജല ത്തിന്റെ മൊത്തം വിതരണം കമ്പനിക്ക് നല്കുകയാണെങ്കിൽ 42 ലക്ഷം ജനങ്ങൾക്ക് ശുദ്ധജലം ഇന്നത്തേതിനേക്കാൾ 30% ജലം വിലകുറച്ചു നല്കാമെന്നുള്ള കരാർ സർക്കാർ അംഗീകരിച്ചു. ഓരോ വർഷവും ആവ ശ്യമായ മാറ്റം വരുത്തുന്നതിന് നിയമത്തിൽ ഭേദഗതി കൊണ്ടുവരുന്ന തിനും നിയമം കൊണ്ടുവന്നു. എന്നാൽ 1996 ആകുമ്പോഴേക്കും 23 ബില്യൻ ഡോളറോളം നഷ്ടത്തിലാണെന്ന് പറഞ്ഞ് കമ്പനി 177 ശത മാനം വില വർദ്ധിപ്പിക്കുകയും അർജന്റീനയിലെ ശുദ്ധജലം വിദേശ രാഷ്ട്രങ്ങളിലേക്ക് കയറ്റുമതി ചെയ്യുകയും ചെയ്തു. ഇതോടുകൂടി 5 വയ സ്സിനു താഴെയുള്ള കുട്ടികൾ പോലും ജലം കിട്ടാതെ മാരകമായ രോഗ ങ്ങൾ പിടിപെട്ട് 90% ത്തോളം അകാല മരണത്തിന് ഇടവരുത്തി.

ജലവിതരണം ഇന്ന് ഒരു പ്രധാന വില്പനച്ചരക്കായി മാറ്റുന്നതിനു വേണ്ടി ബഹുരാഷ്ട്ര കമ്പനികൾ നടത്തുന്ന ഈ ശ്രമത്തിനെതിരെ ലോക ത്താസകലം സമരം നടന്നുകൊണ്ടിരിക്കുകയാണ്. നമുക്ക് ലഭ്യമായ ജല ത്തിന്റെ 97% വും ഉപ്പ് കലർന്നതും ഉപയോഗിക്കാൻ പറ്റാതായി കിടക്കു ന്നതുമാണ്. ഇതിൽ 3% മാത്രമേ ശുദ്ധജലമായുള്ളൂ. ഈ മൂന്നു ശതമാ നത്തിന്റെ മൂന്നിൽ രണ്ട് ഭാഗവും മഞ്ഞിൻ പാളികളായി ധ്രുവപ്രദേശ ങ്ങളിൽ ഘനീഭവിച്ചുകിടക്കുന്നവയാണ്. നമുക്ക് ലഭ്യമായ ജലം 1% ത്തിൽ കുറവുമാത്രമാണ്. ഇതിന്റെതന്നെ 30% ബാഷ്പമായി നഷ്ടപ്പെട്ടുപോ കുന്നു. ബാക്കിവരുന്ന ജലമാണ് 700 കോടിയോളം വരുന്ന ജനങ്ങൾ ഉപയോഗിക്കുന്നത്. ഇതാണ് ബഹുരാഷ്ട്ര കമ്പനികൾ നിയന്ത്രണത്തി ലാക്കാൻ ശ്രമിക്കുന്നത്.

ജൂൺ 5 പരിസ്ഥിതി ദിനം പരിസ്ഥിതി ധ്വംസനം: ഇന്ത്യ ട്രംപിന്റെ നയം പിന്തുടരരുത്

കഴിഞ്ഞ 2016 ഒക്ടോബർ 2 ന് ആഗോള പാരിസ്ഥിതിക കരാർ ഇന്ത്യ ഒപ്പിട്ടതാണ്. ഇതിനനുസരിച്ച് നയങ്ങളും മറ്റും കൊണ്ടുവന്ന് കാർബൺ വിസർജ്ജന നിരക്ക് കുറയ്ക്കേണ്ടതായിട്ടുണ്ട്. കഴിഞ്ഞ ബഡ്ജറ്റിലോ പിന്നീട് വന്ന നയപ്രഖ്യാപനത്തിലോ കാലാവസ്ഥാ വ്യതിയാനം തടയുന്നതിന് വേണ്ടി ഫലപ്രദമായ ഒരു നടപടിയും ഇന്ത്യയുടെ ഭാഗത്ത് നിന്നുണ്ടായിട്ടില്ല എന്നു മാത്രമല്ല കാർബൺ വിസർജ്ജന നിരക്ക് സമാനതകളില്ലാത്തവിധം വർദ്ധിക്കുകയാണുണ്ടായത്.

ലോകത്തിലെ എല്ലാ രാജ്യങ്ങളിലും ഈ കരാറിന് ശേഷം വിസർജ്ജന നിരക്ക് ശരാശരി 4 മുതൽ 5% വരെ കുറഞ്ഞപ്പോൾ ഇന്ത്യയുടെ കാർബൺ വിസർജ്ജനം 5.6% കണ്ട് കുറഞ്ഞത് നമ്മെ അതിശയിപ്പിക്കുന്നു. 2010-15 കാലഘട്ടത്തിൽ വായു മലിനീകരണ ഫലമായി ഉണ്ടാകുന്ന മരണനിരക്ക് 10% ആണെങ്കിൽ 2016 ഡിസംബർ ആയപ്പോഴേക്കും 16.2 % ആയി വർദ്ധിച്ചു. ഡൽഹിയിൽ 22% ൽ കൂടുതലും സൗദി അറേബ്യ, ടുനേഷ്യ, ഹോണ്ടുറസ് തുടങ്ങിയ രാജ്യങ്ങളിൽ വർദ്ധിച്ചു വരുന്ന വിസർജ്ജനത്തിന് ആനുപാതികമായി ഇന്ത്യയിലും വർദ്ധിച്ചത് 2015-16 കാലഘട്ടത്തിലാണ്. 1990 നും 2015 നുമിടയിൽ വായുമലിനീകരണ ഫലമായി ഉണ്ടാകുന്ന രോഗങ്ങൾ 150% ത്തോളം വർദ്ധനവ് രേഖപ്പെടുത്തിയപ്പോൾ ചൈന, അമേരിക്ക അടക്കമുള്ള രാജ്യങ്ങൾ 100% ൽ കുറവ് മാത്രമാണ്. ഓരോ ദിവസം കഴിയുന്തോറും അന്തരീക്ഷ വായു അശുദ്ധമായിരിക്കയാണ്. ഡൽഹിയിൽ മാത്രം ദിനംപ്രതി വായുമലിനീകരണ ഫലമായി ശരാശരി 2 മരണങ്ങൾ സംഭവിക്കുന്നു. സ്റ്റേറ്റ് ഗ്ലോബൽ എയർ റിപ്പോർട്ട് അനുസരിച്ച് 2016 ഡിസംബറിനുശേഷം ഏറ്റവും കൂടുതൽ വായു മലിനീകരണം നടത്തിയ രാജ്യമായി ഇന്ത്യ മാറിയിട്ടുണ്ട്.

പാറ്റ്ന, ജയ്പൂർ, ഗ്വാളിയർ, ഡൽഹി തുടങ്ങിയ പത്തോളം സിറ്റികൾ ലോകത്തിലെ ഏറ്റവും വായു മലിനീകരണസാന്ദ്രത കൂടിയവയായി മാറിയത് ആഗോള കാലാവസ്ഥ കരാറിൽ ഇന്ത്യ ഒപ്പുവച്ചതിന് ശേഷമാണ്. ആർട്ടിക്കിൾ 8 ൽ പറയുന്ന കാര്യങ്ങൾ നിർബ്ബന്ധപൂർവ്വം അനുസരിക്കാൻ ബാദ്ധ്യസ്ഥമാണ്. ഇത് അനുസരിച്ച് ഇന്ത്യ സൃഷ്ടിക്കുന്ന മാലിന്യ വാതകങ്ങൾ 2020 ആകുമ്പോഴേക്കും 30% കുറയ്ക്കുമെന്നും ഉറപ്പ് നല്കിയിട്ടുണ്ടെങ്കിലും 2 വർഷത്തിനുള്ളിൽത്തന്നെ 5% ത്തിൽ കൂടുതൽ കാർബൺ വിസർജ്ജന നിരക്ക് വർദ്ധിച്ചത് കാലാവസ്ഥാകരാറിൽ നിന്നുള്ള വ്യതിയാനംകൊണ്ടാണ്. 2030 ആകുമ്പോഴേക്കും കരാറിലെ ആർട്ടിക്കിൾ 2 പ്രകാരം ആഗോള താപന നിരക്ക് 2 ഡിഗ്രി സെൽഷ്യസിനു താഴെ കൊണ്ടുവരുന്നതിന് ആവശ്യമായ ഊർജ്ജ നയം നടപ്പാക്കുമെന്ന് ഉറപ്പ് നല്കിയതാണ്. ഇതനുസരിച്ച് കഴിഞ്ഞ ഒക്ടോബർ 24 ന് മൊരാക്കഷിൽ 30 ഓളം രാഷ്ട്രങ്ങൾ ചേർന്ന് ഗ്ലോബൽ സോളാർ അലയൻസിൽ ഒപ്പിടുകയും ഈ സ്ഥാപനത്തിന്റെ ആസ്ഥാനം തന്നെ ഇന്ത്യൻ ഇൻസ്റ്റിറ്റ്യൂട്ട് സോളാർ എനർജിയാക്കിയത് സോളാർ ഊർജ്ജ രംഗത്ത് ഇന്ത്യക്ക് ചെയ്യാൻ കഴിയുന്ന സംഭാവന നോക്കിയാണ്. എന്നാൽ ഈ രംഗത്ത് കാര്യമായൊന്നും ഇന്ത്യക്ക് ചെയ്യാൻ കഴിഞ്ഞില്ല. എന്നു മാത്രമല്ല സോളാർ ഉല്പാദനം 76 ൽനിന്നും 75 മെഗാ വാട്ടായി ചുരുങ്ങുകയാണ് ചെയ്തത്. 2020 ആകുമ്പോഴേക്കും 170 മെഗാവാട്ട് സോളാർ വൈദ്യുതി ഉല്പാദിപ്പിക്കേണ്ടതുണ്ട്. എന്നാൽ 2015 ലെ 75 മെഗാവാട്ട് ഉല്പാദന ശേഷിയായി ഇന്നും നിലനില്ക്കുന്നു. പാരീസ് കരാറിൽ നല്കിയിട്ടുള്ള എൻ ഡി സി (ഓരോ രാജ്യങ്ങളും നടപ്പാക്കേണ്ട ഹരിതനയം മുൻകൂട്ടി സമർപ്പിക്കുന്ന നിർദ്ദേശം) അനുസരിച്ച് 2016 ൽ മാത്രം 2.5 മില്യൺ മുതൽ 3 മില്യൺ ടൺ കാർബൺ വിസർജ്ജനം കുറയ്ക്കേണ്ടതായിട്ടുണ്ട്. ഇതിനു വിപരീതമായി 2016 അവസാനമായപ്പോൾ തന്നെ 5.2 ശതമാനത്തോളം കാർബൺ വിസർജ്ജനം വർദ്ധിച്ചത് സർക്കാരിന്റെ കാലാവസ്ഥാ കരാറിനോടുള്ള വിരക്തിയാണ് കാണിക്കുന്നത്.

കല്ക്കരിയുടെ ഉപഭോഗം കാർബൺ വിസർജ്ജനം വർദ്ധിപ്പിക്കുമെന്ന് സർക്കാരിന് അറിയാമെങ്കിലും ഓൾ ഇന്ത്യ ലിമിറ്റഡ് 908.10 മില്യൺ ടണ്ണിൽനിന്ന് 1000 മില്യൺ ടൺ ആയി വർദ്ധിപ്പിക്കാൻ ഉദ്ദേശിക്കുന്നത് തന്നെ പാരീസ് കരാറിന് വിരുദ്ധമാണ്. മാത്രമല്ല, കോൾസെസ് 2010 മുതൽ 50, 200, 40 എന്നിങ്ങനെ ഒരു ടണ്ണിന് വർദ്ധിപ്പിക്കുന്നുണ്ട്. ഈ പണം പുനരുല്പാദന ഊർജ്ജം വർദ്ധിപ്പിക്കുന്നതിന് ആവശ്യമായ ഫണ്ട് ഈ സ്രോതസ്സ് വഴിയാണ് കണ്ടെത്തേണ്ടത്. ഓരോ വർഷവും 13000 കോടി രൂപ കോൾഫണ്ടിലേക്ക് വരുന്നുണ്ടെങ്കിലും 5000 കോടി രൂപ മാത്രമാണ് മാറ്റുന്നത്. ഇതിൽനിന്നു തന്നെ 50% ൽ കുറവ് മാത്രമേ റിന്യൂവബിൾ എനർജി ഫണ്ടിലേക്ക് മാറ്റുന്നുള്ളൂ. ഇതുതന്നെയാണ് അമേരിക്കൻ പ്രസിഡന്റായിട്ടുള്ള ഡൊണാൾഡ് ട്രംപും ചെയ്തത്. അമേരിക്കൻ പരിസ്ഥിതി പ്രവർത്തനത്തെ മൊത്തം ഏകോപിപ്പിക്കുന്ന എൻ

റോൾമെന്റിൽ പ്രൊട്ടക്ഷൻ ഏജൻസിക്ക് പുനരുല്പാദനമേഖലയിലേക്ക് ഫണ്ട് മാറ്റാനുള്ള അധികാരം ട്രംപ് എടുത്തുകളഞ്ഞു. ഇ പി എയെ ഒരു നോക്കുകുത്തിയായി മാറ്റി. ബഡ്ജറ്റിൽ ഈ ഹരിത സ്ഥാപനത്തിലേക്ക് ഒരു ഫണ്ട് പോലും മാറ്റി വച്ചില്ല. മാത്രമല്ല, ഉദ്യോഗസ്ഥന്മാരെ സ്ഥലം മാറ്റി. നരേന്ദ്രമോദി ബഡ്ജറ്റിൽ പരിസ്ഥിതി സംരക്ഷണത്തിലുള്ള ഫണ്ട് വക മാറ്റി ചെലവഴിക്കുന്നതും പരിസ്ഥിതി സംരക്ഷണത്തിനുവേണ്ടി പൊരുതുന്ന ഗ്രീൻ പീസ് ഓർഗനൈസേഷൻ പോലുള്ള അന്താരാഷ്ട്ര സംഘടനയ്ക്ക് വിദേശ ഫണ്ട് സ്വീകരിക്കുന്നത് തടഞ്ഞുകൊണ്ടുള്ള നിയമം പരിസ്ഥിതി സംഘടന മൊത്തം എതിർത്തു. ഗവൺമെന്റും വൻ വ്യവസായ കമ്പനികളും തമ്മിലുള്ള അവിഹിത കൂട്ടുകെട്ട് തടയാൻ ശ്രമിച്ചപ്പോൾ ഉണ്ടായ പ്രതികാരമാണ് ഈ നടപടി. നർമ്മദാ ബച്ചാവോ ആന്തോളൻ, ആംനസ്റ്റി ഇന്ത്യ തുടങ്ങിയവ നിശ്ചിതമായി വിമർശിച്ചിരുന്നു. ഇതിന്റെ 70 ശതമാനം ഫണ്ടും പരിസ്ഥിതി ബോധമുള്ള പ്രാദേശിക സംഘടകൾ 300 മുതൽ 700 വരെ സംഭാവന ചെയ്താണ് 70% ഫണ്ട് വരുന്നത്.

മാത്രമല്ല, ആദിവാസികളുടെ ഭൂമികൾ അവരുടെ അനുവാദം കൂടാതെ തന്നെ സർക്കാരിന് പിടിച്ചെടുക്കാവുന്ന രീതിയിൽ 2006 ലെ ഫോറസ്റ്റ് റൈറ്റ് ആക്ടിൽ ഭേദഗതി കൊണ്ടുവരികയും ചെയ്തു. ഈ ഭൂമിയിൽ വൻകിട വ്യവസായികൾക്ക് ലീസിന് കൊടുക്കുകയും ചെയ്തതിൽ ആദിവാസികളുടെ ഇടയിൽത്തന്നെ പ്രതിഷേധമുണ്ട്. 120 വർഷം പഴക്കമുള്ള നിയമമാണ് സർക്കാർ ഇതിനുവേണ്ടി ഭേദഗതി ചെയ്തത്. വനനശീകരണവും ആദിവാസികളുടെ ജീവിത അനുഷ്ഠാനങ്ങളിൽ തന്നെ മാറ്റം വരുത്തി. ഡൽഹി, ബോംബെ ഇന്റസ്ട്രിയൽ കോറിഡോറിന്റെ 17% ഇതുപോലെ ആദിവാസികളിൽനിന്ന് ഭൂമി നിർബ്ബന്ധപൂർവ്വം പിടിച്ചുവാങ്ങിയതാണ്. 2006 ലെ എൻവയോൺമെന്റ് ഇംപാക്ട് അസസ്മെന്റ് ആക്ട് മാറ്റം വരുത്തുകയും ഹോട്ടലുകൾ, വാണിജ്യ സ്ഥാപനങ്ങൾ, ഓഫീസ് ബ്ലോക്ക്, ഐ ടി പാർക്ക്, സോഫ്റ്റ് വെയർ ഡെവലപ്മെന്റ് തുടങ്ങിയവയ്ക്ക് 20,000 സ്ക്വയർ മീറ്ററിൽ കൂടുതലും 1,50,000 സ്ക്വയർ മീറ്ററിൽ താഴെയുമുള്ള ഏതൊരു സ്ഥലത്തിനും പരിസ്ഥിതി അസസ്മെന്റ് ആവശ്യമില്ല. എന്നു നിയമം കൊണ്ടുവന്നതോടുകൂടി വ്യവസായ കമ്പനികൾ കാടുകൾ വെട്ടി ഇഷ്ടാനുസരണം തങ്ങളുടെ സ്ഥലം ഉപയോഗിക്കാൻ തുടങ്ങി. ആഗോളതാപന നിരക്ക് ഉയർന്നുവരുന്നതിനനുസരിച്ച് ഐ പി സി സി നിയമങ്ങൾ കൂടുതൽ ശക്തമാകുമ്പോൾ മോദി സർക്കാർ പരിസ്ഥിതി നിയമങ്ങൾ കൂടുതൽ കൂടുതൽ ഉദാരവല്ക്കരിക്കുകയും സ്വകാര്യവല്ക്കരണത്തിന് ആക്കം കൂട്ടുകയും ചെയ്തു. വനപ്രദേശത്തുനിന്നും പത്തു കിലോമീറ്റർ ഉള്ളിൽ വ്യവസായങ്ങൾ തുടങ്ങാൻ അനുമതി വേണമെന്നുള്ളത് അഞ്ചു കിലോമീറ്ററായി ചുരുക്കി.

ലക്ഷക്കണക്കിന് ആളുകൾ തിങ്ങിത്താമസിക്കുന്നതും ഹരിതവനങ്ങൾ കൂടുതലുള്ള ബോംബെയുടെ ഹരിത ശ്വാസകോശം എന്നറിയ

പ്പെടുന്ന നാഷണൽ ഗ്രീൻപാർക്ക് സഞ്ജയ് ഗാന്ധി നാഷണൽ ഗ്രീൻ പാർക്കാക്കുന്നതിനുവേണ്ടി നിയമങ്ങൾ കാറ്റിൽ പറത്തിക്കൊണ്ട് 15 ഏക്കറോളം വരുന്ന കാടുകൾ വെട്ടിമാറ്റുകയും ലക്ഷക്കണക്കിന് മൃഗങ്ങളുടെ ആവാസകേന്ദ്രം നശിപ്പിക്കുകയും ചെയ്തത് ലോകചരിത്രത്തിൽ സമാനതകളില്ലാത്ത ഒരു പരിസ്ഥിതി ധ്വംസനമാണ്. നാഷണൽ വൈൽഡ് ലൈഫ് ബോർഡ് മൃഗങ്ങളുടെ സംരക്ഷണത്തിനുവേണ്ടി പ്രവർത്തിക്കുന്ന ഒരു പരിസ്ഥിതി സംഘടനയാണ്. ഇതിനെ സർക്കാർ വെറും കളിപ്പാവയാക്കി മാറ്റി. പൊതുപ്രവർത്തകരും പരിസ്ഥിതി പ്രവർത്തകരും ഉൾക്കൊള്ളുന്ന ബോർഡ് മെമ്പർമാർക്ക് പകരം സമൂഹത്തിന്റെ യാതൊരു പ്രാതിനിദ്ധ്യവും ഇല്ലാത്ത സർക്കാർ ജീവനക്കാർ മാത്രമുള്ള ഒരു സംഘടനയാക്കി മാറ്റുകയും ഇഷ്ടാനുസരണം വനങ്ങൾ നശിപ്പിക്കുന്നതിനും വന്യമൃഗ സങ്കേതങ്ങളെ ഒഴിപ്പിച്ചുമാറ്റി വ്യവസായങ്ങൾ തുടങ്ങുന്നതിനും കളമൊരുക്കി.

പരിസ്ഥിതിയുടെ ഒരു കോടതിയാണ് ചെന്നൈയിലുള്ള ഹരിത ട്രൈബ്യൂണൽ. ഈ നിയമകോടതിയുടെ അധികാരങ്ങൾ ക്രമേണ എടുത്തുകളയുകയും സർക്കാരിന്റെ ഒരു കളിപ്പാട്ടമാക്കുകയും ചെയ്തു. സുപ്രീം കോടതിയെ സമീപിക്കുന്നതിനു മുൻപേ പരിസ്ഥിതി പ്രവർത്തകർക്ക് പ്രശ്നങ്ങൾ പരിഹരിക്കുന്നതിന് ആദ്യം സമീപിക്കാവുന്ന ഒരു കോടതി എന്ന നിലയിലുള്ള പരഗണന മാറ്റി സുപ്രീം കോടതിയിലേക്ക് നേരിട്ട് കേസ് ഫയൽ ചെയ്യാവുന്ന രീതിയിൽ കൊണ്ടെത്തിച്ചു. റിയോ ഡിക്ലറേഷൻ കരാറിന്റെ ഫലമായി അന്താരാഷ്ട്ര തലത്തിൽ നിർദ്ദേശിക്കപ്പെട്ട ഒരു ഉത്തരവിന്റെ ഫലമായി നിലവിൽ വന്ന ഈ ഹരിത കോടതിയെ സ്വന്തം ഇഷ്ടപ്രകാരം ദുർബ്ബലമാക്കിയത് കരാർ ലംഘനമാണ്. കോടതി ഉണ്ടാക്കുന്നതിനുവേണ്ടി ലോ കമ്മീഷന്റെ നിർദ്ദേശപ്രകാരം ഉണ്ടാക്കിയ ഗ്രീൻ ട്രൈബ്യൂണൽ പ്രത്യേക ഒരു കമ്മീഷന്റെ നിർദ്ദേശം കൂടാതെ തന്നെ ഇഷ്ടാനുസരണം അധികാരം വെട്ടിക്കുറച്ചത് തികഞ്ഞ അധികാര ദുർവ്വിനിയോഗവും സ്വേച്ഛാധിപത്യവുമാണ്.

ശ്രീ ശ്രീ രവിശങ്കറിന് പരിസ്ഥിതി ക്ലിയറൻസ് കിട്ടാതെ പ്രവർത്തനം നടത്താനുള്ള അനുമതി സർക്കാർ നല്കിയത് ഗംഗാനദിക്ക് ചുറ്റുമുള്ള ധാരാളം ഹരിത കവച പ്രദേശം തരിശുപ്രദേശമായിത്തീരുന്നതിന് ഇട വരുത്തി. രാഷ്ട്രീയ സമ്മർദ്ദമുപയോഗിച്ച് കെൻ ബെറ്റ്വ പ്രോജക്ടിന് (Ken Betwa project) അനുവാദം നേടിയെടുത്തു. കല്ക്കരി ഖനിയുടെ കാര്യത്തിലാണ് തികഞ്ഞ പരിസ്ഥിതി വിരുദ്ധത സർക്കാർ തെളിയിച്ചത്. 16 മില്യൺ ടണ്ണിൽ കുറയാത്ത ഉല്പാദനം നടത്താത്ത കല്ക്കരി ഖനികൾ പൊതുജനങ്ങളുടെ പരാതികൾ സ്വീകരിക്കാതെതന്നെ ആർക്കും എപ്പോൾ വേണമെങ്കിലും തുടങ്ങാമെന്നുള്ള അവസ്ഥയായി. പാരീസ് കരാറിൽ കല്ക്കരിയുടെ ഉപയോഗം കുറയ്ക്കുമെന്നുള്ളത് ഉറപ്പു നല്കിയതിനു ശേഷമാണ് വീണ്ടും ആഭ്യന്തര ഉല്പാദനം വർദ്ധിപ്പിക്കാൻ കല്ക്കരി ഖനികൾ കൂടുതൽ ആശ്രയിക്കാൻ തുടങ്ങിയത് എന്നത് ശ്രദ്ധേ

യമാണ്.

2000 ഹെക്ടറിൽ കുറവുള്ള ജലസേചന പ്രോജക്ടിന് പരിസ്ഥിതി ക്ലിയറൻസ് ആവശ്യമില്ല എന്നു വന്നതോടുകൂടി പരിസ്ഥിതി ലോലമായ പ്രദേശത്തുകൂടി വൻ ഹൈഡ്രോ ഇലക്ട്രിക് പ്രോജക്ടുകൾ സ്ഥാപിക്കാൻ തുടങ്ങി. 10 ഹെക്ടറിൽ കുറവുള്ള സ്ഥലങ്ങൾക്ക് സംസ്ഥാന സർക്കാരിൽനിന്ന് ക്ലിയറൻസ് കിട്ടിയാൽ മതിയെന്നുള്ള നിർദ്ദേശം ഇത്തരം ഗവൺമെന്റുകൾക്ക് ഏതു നദികളെയും തടഞ്ഞു നിർത്തി ഇഷ്ടാനുസരണം മിനി ഹൈഡ്രോ ഇലക്ട്രിക് പ്രോജക്ടുകൾ ധാരാളം നിർമ്മിക്കാനുള്ള അവകാശം കിട്ടി. ഇതോടുകൂടി നിരന്തരമായി വൻ ജനറേറ്റർ കമ്പനികളുടെ ഉല്പന്നങ്ങൾ വ്യാപകമായി വില്ക്കാൻ കഴിഞ്ഞു. കൂടാതെ ഇന്ത്യയിലെ ഏറ്റവും വായുമലിനീകരണ തീവ്രത കൂടിയ ലുധിയാന, ഇൻഡോർ, പാനിപ്പത്ത്, ഡൽഹി തുടങ്ങിയ സിറ്റികളിൽ വൻ വായു മലിനീകരണ വ്യവസായങ്ങൾ തുടങ്ങുന്നതിനുള്ള മൊറോട്ടോറിയം സർക്കാർ എടുത്തുകളഞ്ഞു. ഇതോടുകൂടി ഡൽഹി തുടങ്ങിയ സ്ഥലങ്ങളിൽ പുതുതായി വീണ്ടും കാർബൺ എമിഷൻ വ്യവസായങ്ങൾ വരികയും ഡൽഹിയെയും ബോംബെയെയും അതുപോലെ ഇന്ത്യയിലെ പത്തു സിറ്റികളിൽ ലോകത്തിലെ 20 വായു മലിനീകരണ നഗരങ്ങളിൽ പെട്ടതായും മാറ്റി.

ഇന്ത്യയിൽ 43 മേഖലകൾ ക്രിട്ടിക്കലി എയർ പൊല്യൂട്ടഡ് മേഖലയായി തരംതിരിച്ചിരുന്നു. ഇത്തരം സ്ഥലങ്ങളിൽ വ്യവസായങ്ങൾ തുടങ്ങുന്നതിന് മൊറോട്ടേറിയം പ്രഖ്യാപിച്ചിരുന്നത് മോദി സർക്കാർ എടുത്തുമാറ്റുകയും ചെയ്തതോടുകൂടി ഇന്ത്യ ലോകത്തിലെ ഏറ്റവും കൂടുതൽ വിഷവാതക വിസർജ്ജന രാഷ്ട്രമായി മാറി. എല്ലാ രാജ്യങ്ങളിലും 2016–17 കാലഘട്ടത്തിൽ വിസർജ്ജന നിരക്ക് 1.2 ശതമാനം കണ്ട് കുറഞ്ഞപ്പോൾ ഇന്ത്യയിൽ അത് 5.11 ശതമാനമായി വർദ്ധിച്ചത് സമാനതകളില്ലാത്ത വർദ്ധനവാണ്. ഇത് പാരീസ് കരാറിന്റെ നിരാകരണവുമാണ്. റോഡ്, റെയിൽ മറ്റ് പബ്ലിക് പ്രോജക്ട് തുടങ്ങിയവ നിർമ്മിക്കുന്നതിന് ഫോറസ്റ്റ് കൺസർവേഷൻ ആക്ട് അനുസരിച്ച് സർക്കാരിന്റെ മുൻകൂട്ടിയുള്ള അനുവാദം വേണ്ടിയിരുന്നു. എന്നാൽ റെയിൽ, റോഡ്, മറ്റ് പബ്ലിക് പ്രോജക്ടുകൾ തുടങ്ങിയവ സ്ഥാപിക്കുന്നതിന് ഫോറസ്റ്റ് കൺസർവേഷൻ ആക്ടിന്റെ അനുവാദം കൂടാതെത്തന്നെ മരങ്ങൾ ഇഷ്ടാനുസരണം നശിപ്പിക്കാനുള്ള അധികാരം സർക്കാരിന് ലഭിച്ചു. മോദി അധികാരത്തിൽ വന്നശേഷം പരിസ്ഥിതിയുടെ അന്തകനായി മാറിയിരിക്കുകയാണ്. ഇന്ത്യൻ പരിസ്ഥിതി സംരക്ഷണത്തിന്റെ അഞ്ചു പ്രധാന നിയമങ്ങളിലാണ് ഇവർ കാതലായ മാറ്റം വരുത്തിയത്. എൻവയോൺമെന്റ് പ്രൊട്ടക്ഷൻ ആക്ട്, ഫോറസ്റ്റ് കൺസർവേഷൻ ആക്ട്, വൈൽഡ് ലൈഫ് പ്രൊട്ടക്ഷൻ ആക്ട്, വാട്ടർ (പ്രിവൻഷൻ കൺട്രോൾ ആന്റ് പൊല്യൂഷൻ) ആക്ട് അതുപോലെ എയർ (പ്രിവൻഷൻ കൺട്രോൾ ഓഫ് പൊല്യൂഷൻ) ആക്ട് എന്നിവയിൽ മാറ്റം വരുത്തി പരിസ്ഥിതിയെ

കൂടുതൽ ഉദാരവല്ക്കരിച്ച് വൻകിട കുത്തകകൾക്ക് തീറെഴുതിക്കൊടുക്കുന്ന ഒരു വ്യവസായ നയമാണ് സർക്കാർ ഇതുവരെ സ്വീകരിച്ചിട്ടുള്ളത്. ആഗോളകാലാവസ്ഥാ കരാറിൽത്തന്നെ 2017 കാലഘട്ടത്തിൽ മാത്രം തെർമൽ പവർ പ്ലാന്റിൽനിന്നും വരുന്ന കാർബൺ 25 ശതമാനവും സൾഫർ ഡയോക്സൈഡ് 90 ശതമാനവും നൈട്രജൻ 70 ശതമാനവും മെർക്കുറി 75 ശതമാനവും കുറയ്ക്കാമെന്ന് ഉറപ്പു നല്കിയെങ്കിലും 2017 ൽ സർക്കാർ ഊർജ്ജ ഉല്പാദനത്തിനുവേണ്ടി പത്തോളം പുതിയ തെർമൽ പവർ പ്ലാന്റുകൾ സ്ഥാപിക്കാനുള്ള തീരുമാനമെടുത്തത് വലിയ വിവാദമായിരുന്നു. ഇത്തരം പ്ലാന്റുകളിൽനിന്ന് വിസർജ്ജിക്കുന്ന കാർബൺ കരാറിനുശേഷം ഒരു ശതമാനം പോലും കുറയ്ക്കാൻ കഴിഞ്ഞിട്ടില്ലെന്ന് മാത്രമല്ല, 15.2 ശതമാനമായി കാർബൺ ഡയോക്സൈഡ് അടക്കമുള്ള മാരക വിഷവാതകങ്ങൾ വർദ്ധിച്ചത് പരിസ്ഥിതിയെ കൂടുതൽ ദോഷമാക്കി.

പരിസ്ഥിതി സംരക്ഷണമെന്ന് നിരന്തരം മുറവിളി കൂട്ടുന്ന മോദി തികച്ചും ട്രംപിനേക്കാൾ വലിയ പരിസ്ഥിതി വിരുദ്ധനായി മാറുന്ന ചിത്രമാണ് കാണാൻ കഴിയുന്നത്. ജി-7 അടക്കമുള്ള രാഷ്ട്രങ്ങൾ, അമേരിക്ക ആഗോള കാലാവസ്ഥാ കരാറിൽനിന്ന് പിൻവാങ്ങരുതെന്ന് നിരന്തരം ആവശ്യപ്പെട്ടിട്ടും അമേരിക്കയുടെ ഉറ്റ ചങ്ങാതിയായ ഇന്ത്യ ഇതിനെതിരെ ഒരു ശബ്ദം പോലും ഉയർത്താതിരുന്നത് നമ്മളെ കൂടുതൽ ആകാംക്ഷാഭരിതരാക്കുന്നു.

കടുകിൽ കുടുങ്ങി മോദി സർക്കാർ

ഡൽഹി യൂണിവേഴ്സിറ്റി വികസിപ്പിച്ചെടുത്ത ജനിതക മാറ്റം വരുത്തിയ കടുക് വാണിജ്യാടിസ്ഥാനത്തിൽ ഉല്പാദനത്തിന് അംഗീകാരം നല്കുന്നതിനു വേണ്ടി പരിസ്ഥിതി മന്ത്രാലയത്തിന്റെ ജനിതക എഞ്ചിനീയറിങ് വിലയിരുത്തൽ കമ്മിറ്റി (ജി ഇ എ സി) മുമ്പാകെ അംഗീകാരത്തിനായി സമർപ്പിച്ചിരിക്കയാണ്. മന്ത്രിസഭയുടെ അംഗീകാരം കിട്ടിയാൽ ജനിതക മാറ്റം വരുത്തി കടുകിന്റെ വിത്ത് വില്ക്കുന്നതിനുള്ള അവകാശം ബഹുരാഷ്ട്ര കമ്പനിയായ മോൻ സാന്റോ കമ്പനിക്ക് വന്നുചേരും. കാരണം ഇതിന്റെ ഗവേഷണത്തിന് വേണ്ടിയുള്ള മുപ്പത്തിമൂന്ന് കോടിയോളം വരുന്ന ഡോളർ സർവ്വകലാശാലയ്ക്ക് നല്കിയത് അന്താരാഷ്ട്ര കമ്പനിയായ മോൻ സാന്റോ ആണ്. ഇതിൽ മുപ്പത് കോടിയും സർക്കാർ സബ്സിഡി നല്കുമെന്നുള്ളതാണ് പ്രത്യേകത. യു പി എ ഗവൺമെന്റ് അധികാരത്തിലുണ്ടായിരുന്നപ്പോൾ, ജനിതക മാറ്റം വരുത്തിയ വഴുതനങ്ങ വണിജ്യാടിസ്ഥാനത്തിൽ ഉല്പാദിപ്പിക്കുന്നതിനു വേണ്ടി അപേക്ഷ സമർപ്പിച്ചെങ്കിലും അന്നത്തെ പരിസ്ഥിതി വകുപ്പ് എതിർക്കുകയും തുടർന്ന് ഇതിന്റെ പരീക്ഷണം ഇന്ത്യയിൽ മൊറോട്ടോറിയം പ്രഖ്യാപിക്കുകയും ചെയ്തു. ഒരു പൊതുമേഖല സ്ഥാപനമായ ഡൽഹി സർവ്വകലാശാലയുടെ ജനിതക ശാസ്ത്രജ്ഞനായ പാന്തയുടെ നേതൃത്വത്തിൽ ധാരാ മസ്റ്റാർഡ് ഹൈബ്രിഡ് 11 (ഡി എം എച്ച്) കടുക് വികസിപ്പിച്ചെടുത്തു.

അസ്വാഭാവികവും സുരക്ഷിതവുമല്ലാത്തതായ ഒരു സാങ്കേതിക വിദ്യയാണ് ജനിതക എഞ്ചിനീയറിങ്. ജീനിൽ കൃത്രിമമായി മാറ്റം വരുത്തി കീടപ്രതിരോധ ശേഷിയുള്ള എച്ച് ടി വിത്തുകളെ ഉല്പാദിപ്പിക്കാൻ കഴിയും എന്നാണ് അവകാശവാദം. മണ്ണിലെ ബാക്ടീരിയയിൽനിന്നും

വേർതിരിച്ചെടുത്തിട്ടുള്ള ഒരു പ്രോട്ടീൻ ഉപയോഗിച്ചാണ് ഈയൊരു കൃത്രിമ ജീൻ ഉണ്ടാക്കുന്നത്. സാധാരണയായി കടുകിൽ മൂന്നു തരത്തിലുള്ള ജീനു (ബാർ, ബാർണോസ, ബാർസ്റ്റാർ) കളാണ് കണ്ടുവരുന്നത്. ഇവ കൃത്രിമമായി ഉണ്ടാക്കി കടുകിൽ സന്നിവേശിപ്പിച്ച് പുതിയ വിത്തുകൾ ഉണ്ടാക്കുന്ന വിദ്യയാണ് ഇത്. കടുകിൽ ആൺ ജീനും പെൺ ജീനും ഒരുമിച്ച് ഉള്ളതുകൊണ്ട് തന്നെ സ്വയം പരാഗണം നടത്താൻ കഴിവ് ഉണ്ട്. ഗർട്ട് (ജനിറ്റിക് യൂസ് റെസ്ട്രിക്ഷൻ ടെക്നോളജി) എന്ന ജീൻ ഉപയോഗിച്ച് കടുകിലെ ആൺ ജീനിനെ നിർവ്വീര്യമാക്കി അതിന്റെ സ്ഥാനത്ത് പുതിയൊരു ജീൻ പ്രതിഷ്ഠിച്ച് കൃത്രിമമായി സങ്കലനം നടത്തുമ്പോൾ വിത്ത് ഉല്പാദനം നടത്താനുള്ള അവകാശം അന്താരാഷ്ട്ര ബഹുരാഷ്ട്ര കുത്തകകൾക്ക് വന്നു ചേരും.

ഉല്പാദന വർദ്ധനവിന്റെ പേരിൽ എല്ലാ വിളകളുടെയും വിത്തുകൾ വിതരണം ചെയ്യുന്നതിനുള്ള ഉത്തരവാദിത്വം ബഹുരാഷ്ട്ര കമ്പനികൾക്ക് നല്കുക എന്ന സാമ്രാജ്യത്വ അജണ്ട നടപ്പാക്കുകയെന്ന ശാസ്ത്രവിഭാഗമായി ജനറ്റിക് എഞ്ചിനീയറിങ് മാറും. ഇത് പല ദുഃസൂചനകളിലേക്കും വിരൽ ചൂണ്ടുന്നു. ഇത് ഒരു നിശ്ചിത ശതമാനം റോയൽറ്റി, ഈ ബഹരാഷ്ട്ര കമ്പനികൾക്ക് നല്കിയാൽ മാത്രം വിത്തുകൾ കിട്ടുകയുള്ളൂ എന്ന അവസ്ഥ സംജാതമാകുകയും കർഷകന് വിത്തിന്റെ കൈവശാധികാരം നഷ്ടപ്പെടുകയും ചെയ്യുന്നു. കർഷകരുടെ വിത്തുകളിലുള്ള അവകാശം നഷ്ടപ്പെടുന്നതിന് ഇടവരുത്തുന്നു. ജനിതക മാറ്റം വരുത്തിയ കടുക് ഉല്പാദിപ്പിക്കാൻ യൂണിവേഴ്സിറ്റിക്ക് അംഗീകാരം ലഭിച്ചാൽ ജനിതകമാറ്റം വരുത്തിയ വിത്തുകൾക്ക് ഇതുപോലെ അംഗീകാരം നല്കുന്നതിനുവേണ്ടി പല ബഹുരാഷ്ട്ര കമ്പനികൾക്കും സർക്കാരിനെ സമീപിക്കാൻ കഴിയും. അതുകൊണ്ടാണ് വ്യവസായ ഭീമനായ മോൻസാന്റോ യൂണിവേഴ്സിറ്റിയെ കരുവാക്കി അവരുടെ പേരിൽ അപേക്ഷ നല്കിയത്. ഇത് ഒരു ട്രോജൻ കുതിര മാത്രമാണ്.

കടുക് ഉല്പാദിപ്പിക്കുന്നതിൽ ലോകത്തിൽ ഇന്ത്യക്ക് അഞ്ചാം സ്ഥാനം ഉണ്ടെങ്കിലും അമിതമായ ഉപഭോഗനിരക്ക് കടുക് ഇറക്കുമതി ചെയ്യേണ്ട അവസ്ഥ വരുകയും സർക്കാരിന് ബാദ്ധ്യതയുണ്ടാകുന്നതായും പറയുന്നത്. അറുപതിനായിരം കോടിയുടെ കടുക് വർഷത്തിൽ ഇറക്കുമതി ചെയ്യുന്നു. നിലവിലുള്ള ഉല്പാദനശേഷിയുടെ 60 ശതമാനത്തിൽ നിന്ന് 80 ശതമാനമായി വർദ്ധിപ്പിക്കുവാൻ നയതന്ത്രങ്ങൾ ആവിഷ്കരിച്ച് ഇറക്കുമതി പൂർണ്ണമായി ഒഴിവാക്കാൻ പറ്റാവുന്ന സാഹചര്യം ഉണ്ടാകും. വെറും 30% വർദ്ധനവിനു വേണ്ടി നമ്മുടെ മണ്ണിനെയും കർഷകനെയും ബഹുരാഷ്ട്രകുത്തകകൾക്ക് അടിയറവെക്കുന്ന നയമാണിത്. 1986 മുതൽ 1993 വരെയുള്ള കാലഘട്ടത്തിൽ 11 ബില്യൺ ടണ്ണായിരുന്ന കടുക് 25 ബില്യനാക്കി വർദ്ധിപ്പിച്ചത് കാർഷിക അസംസ്കൃത വസ്തുക്കളും ധനസഹായവും എളുപ്പം ലഭ്യമാക്കുന്ന മഞ്ഞവിപ്ലവം (യെല്ലോ റവലൂഷൻ) നടപ്പാക്കിയതിനുശേഷമാണ്. യഥാർത്ഥ ഉല്പാദന വർദ്ധ

നവും പൊട്ടൻഷ്യൽ ഉല്പാദന വർദ്ധനവും തമ്മിലുള്ള വ്യത്യാസം വളരെ കൂടുതലുള്ള രാജ്യങ്ങളിലൊന്നാണ് ഇന്ത്യ. കൂടുതൽ ജലസേചനവും നല്ലതരം വിത്തുകളും വളങ്ങളും കർഷകർക്ക് ചുരുങ്ങിയ നിരക്കിൽ ലഭ്യമാക്കുകയാണെങ്കിൽ യഥാർത്ഥ ഉല്പാദനവും പൊട്ടൻഷ്യൽ ഉല്പാദനവും തമ്മിലുള്ള വിടവ് നികന്നുവരും എന്നു തെളിയിക്കപ്പെട്ടിട്ടുള്ള കാലഘട്ടമാണ് 1983 മുതൽ 1994 വരെയുള്ള സമയം. കേവലം 30 ശതമാനം ഉല്പാദന വർദ്ധനവിനുവേണ്ടി വളരെ അപകടകരമായ ജനിതക മാറ്റം വരുത്തിയ കടുക് രാജ്യത്ത് കൊണ്ടുവരാൻ ശ്രമിക്കുന്നത് കർഷകരുടെ നിയന്ത്രണം ബഹുരാഷ്ട്ര കമ്പനികളെ ഏല്പിക്കുന്നതിനുവേണ്ടി മോദി സർക്കാർ കണ്ടുപിടിച്ച ഒരു വിദ്യയാണിത്. ജനിതക സാങ്കേതികവിദ്യ ഇന്ത്യയിൽ ഭക്ഷ്യവിളയല്ലാത്ത പരുത്തിയിലൂടെ വാണിജ്യവല്ക്കരിക്കപ്പെട്ടിട്ടുണ്ടെങ്കിലും എണ്ണക്കുരുവായി കൂടുതൽ ഇവ നടപ്പാക്കുന്നത് വലിയ ആരോഗ്യ പ്രശ്നങ്ങൾ സൃഷ്ടിക്കും. പരുത്തിയുടെ കാര്യത്തിൽ ജനിതക മാറ്റം വരുത്തിയ വിത്തുകൾ ഉല്പാദിപ്പിച്ച് കർഷകന് വിതരണം ചെയ്യുന്നത് മോൺസാന്റോ കമ്പനിയാണ്. കർഷകർ സർക്കാരിൽ നിന്ന് വിത്തുകൾ വാങ്ങുമ്പോൾ ഒരു നിശ്ചിത ശതമാനം റോയൽറ്റിയായി മോൺസാന്റോ കമ്പനിക്ക് അടയ്ക്കണമെന്നുണ്ട്. ജനിതകമാറ്റം വരുത്തിയ പരുത്തിക്കുരു നമ്മുടെ രാജ്യം ഉപയോഗിക്കുന്നുണ്ട്, ഇതിന്റെ ഫലമായി 2006 നുശേഷം 4400 കോടിയോളം റോയൽറ്റി ഫീസായി ഇന്ത്യ മോൺസാന്റോ കമ്പനിക്ക് നല്കിയിട്ടുണ്ട്. കടുകിന്റെ ഉപഭോഗം നിരക്ക് കൂടുതലുള്ള ഇന്ത്യയിൽ അതിന്റെ വിത്തിൽ നിയന്ത്രണ അവകാശം ഈ ബഹുരാഷ്ട്ര കുത്തകകൾ കൈവരിക്കുകയാണെങ്കിൽ ഓരോ വർഷവും 66000 കോടി വീതം ഈ ബഹുരാഷ്ട്ര കമ്പനികൾക്ക് റോയൽറ്റി ഫീസായി കിട്ടും. ഇതിനുവേണ്ടിയുള്ള തന്ത്രമായിട്ടാണ് കടുകിന്റെ നിയന്ത്രണം കർഷകരിൽനിന്ന് എടുത്തു മാറ്റുന്ന ജനിതക കടുക് ഉല്പാദിപ്പിക്കാൻ സർക്കാർ തീരുമാനിച്ചത്. എല്ലാ സംസ്ഥാനങ്ങളിലും ജി എം കടുക് ആവശ്യമില്ല എന്ന് സർക്കാർ തന്നെ സമ്മതിച്ചതാണ്. മറ്റു സ്ഥലങ്ങളിലേക്ക് ജി എം കടുകിന്റെ വ്യാപനം എങ്ങനെ തടയാൻ കഴിയുമെന്ന് ഒരിക്കലും ജനിറ്റിക് എഞ്ചിനീയറിങ് കമ്മിറ്റി ഉറപ്പു നല്കുന്നില്ല. 2002 ൽ ബെയർ കൊണ്ടുവന്ന ജി എം കടുകിന് അതിന്റെ ഉല്പാദനം ഇന്ത്യയിൽ തടയുന്നതിന് കാരണമാകുന്ന ഘടകങ്ങൾ തന്നെ ഇന്ന് നിലവിലുണ്ടെങ്കിലും അവയൊന്നും പരിഗണിക്കാതെ ഒറ്റയടിക്ക് ജനിറ്റിക് കമ്മിറ്റിയുടെ അംഗീകാരം നേടിയെടുക്കുന്നതിന് മോദി സർക്കാർ കളിച്ച കളി ചില്ലറയൊന്നുമല്ല. ഈ കടുകിന് കീടങ്ങളെ പ്രതിരോധിക്കാൻ കഴിയും എന്ന ഗുണമുണ്ടെങ്കിലും കീടപ്രതിരോധ ജീനുകൾ ഭക്ഷണത്തിലൂടെ ശരീരത്തിൽ എത്തിപ്പെട്ടാൽ മനുഷ്യജീനുകളുടെ ഘടനയെ തകിടം മറിക്കുന്ന സ്വഭാവ വ്യതിയാനം ഉണ്ടാക്കില്ല എന്നുറപ്പു നല്കാൻ ഈ ശാസ്ത്രജ്ഞർക്ക് കഴിയുന്നില്ല.

കടുക് ഏറ്റവും കൂടുതൽ കൃഷി ചെയ്യുന്ന രാജസ്ഥാൻ, മദ്ധ്യപ്ര

ദേശ്, ഹരിയാന തുടങ്ങിയ സ്ഥലങ്ങളിൽ പരീക്ഷണം നടത്തുന്നതിന് അവിടത്തെ സർക്കാരുകൾ എതിർത്തതോടുകൂടി ജി എം കടുക് അവിടങ്ങളിൽ വിതരണം നടത്താനുള്ള സാദ്ധ്യതയ്ക്ക് മങ്ങലേറ്റു. കൃഷി ഒരു സംസ്ഥാന വിഷയമായിരിക്കെ അവരുടെ ഭരണാനുമതിയില്ലാതെ ഒരു കാലത്തും കേന്ദ്ര സർക്കാരിന് ഈ വിളകളെ നിർബ്ബന്ധിച്ച് നടപ്പിലാക്കുന്നതിന് കഴിയില്ല. 2010 ൽ ജി എം വഴുതനങ്ങ വന്നപ്പോൾ അവ നടപ്പാക്കുന്നതിന് സംസ്ഥാനങ്ങൾ എതിരായതോടുകൂടി 2013 ൽ സുപ്രീം കോടതിയും സംസ്ഥാനങ്ങളുടെ നിലപാട് അംഗീകരിക്കുകയും അനുമതി നിഷേധിക്കുകയും ചെയ്തു. പ്രശസ്ത കൃഷിശാസ്ത്രജ്ഞനായ എം എസ് സ്വാമിനാഥനടങ്ങിയ ബയോടെക്നോളജി ഫോഴ്സ് (2004) ജനിതക കടുക് കൊണ്ടുവരുന്നതിനെ ശക്തമായി എതിർത്തിരുന്നു. അമേരിക്കൻ കമ്പനിയായ മോൻസാന്റോ പോലെയുള്ള കുത്തകകളോട് കാണിക്കുന്ന പ്രീണന നയമാണ് മോദി സർക്കാരിനെ വളരെ പ്രധാനപ്പെട്ട ഭക്ഷ്യവിളയായ കടുകിനെ ജനിതക മാറ്റം വരുത്തുന്നതിനും നടപ്പാക്കുന്നതിനും പ്രേരിപ്പിക്കുന്നത്.

മണ്ണിന്റെ സ്വാഭാവിക ഘടന നിലനിർത്തേണ്ടത് സ്വാഭാവിക വിത്തുല്പാദനത്തിന് അത്യാവശ്യമാണ്. മണ്ണിൽത്തന്നെയുള്ള ഓക്സിജൻ വ്യാപനം തടയുന്നതിനും പുഴുക്കളെയും കീടങ്ങളെയും മറ്റു വണ്ടികളെയും മണ്ണിൽനിന്നും അപ്രത്യക്ഷമാക്കുന്നതിനും അതുവഴി വളരെ ഫലഭൂയിഷ്ഠമായ കൃഷിഭൂമിപോലും ഭാവിയിൽ തരിശായി മാറ്റുന്നതിനും ജി എം കടുക് വിത്ത് കാരണമാവുന്നു. അതിന്റെ ഫലമായി കൃത്രിമ രാസവളങ്ങൾകൊണ്ട് മാത്രം വിളവെടുക്കാവുന്ന ഒരുവിളയായി കടുക് മാറുന്നുവെന്നുള്ളതാണ് ഇതിന്റെ മറ്റൊരു ദൂഷ്യഫലം. മണ്ണിന്റെ ജൈവികത തിരിച്ചുകിട്ടാത്ത രീതിയിൽ നഷ്ടപ്പെടുകയും കൂടുതൽ കൂടുതൽ രാസവളങ്ങൾ ഉപയോഗിച്ചാൽ മാത്രമേ മണ്ണിന്റെ സ്വാഭാവിക ജൈവാവസ്ഥ നിലനിർത്തുന്നതിന് പറ്റൂ എന്ന അവസ്ഥ സംജാതമാവുകയും ചെയ്തു. മണ്ണിൽ സൂപ്പർകളകളും കീടനാശിനികളെ ചെറുക്കാൻ ശേഷിയുള്ള അതിസാമാന്യ കളകളും വളരാൻ തുടങ്ങുമ്പോൾ അവയെ എങ്ങനെ തടയാൻ കഴിയുമെന്നും യാതൊരു നിശ്ചയവുമില്ല.

ജി എം കടുക് ആന്റിബയോട്ടിക്കുകളെ പ്രതിരോധിക്കാൻ ശേഷിയുള്ളതാണ്. ഈ കടുക് സ്ഥിരമായി ഉപയോഗിച്ചുകഴിഞ്ഞാൽ വല്ല രോഗവും പിടിപെടുമ്പോൾ അതിനെ പ്രതിരോധിക്കാൻ കൊടുക്കുന്ന ആന്റിബയോട്ടിക് ശരീരത്തിൽവെച്ചുതന്നെ നിർവ്വീര്യമാവുകയും അതിന്റെ ഗുണം ലഭിക്കാതാവുകയും ചെയ്യുന്നു എന്ന ഭീകരാവസ്ഥ ഈ കടുകിനുണ്ട്. പോഷകക്കുറവ്, അലർജി, കൃത്രിമ ജീനുകൾ ഉണ്ടാക്കുന്ന വിഷം തുടങ്ങിയ അസ്വാഭാവിക ഘടകങ്ങളെ എങ്ങനെ തടയാൻ കഴിയുമെന്ന് ഈ ശാസ്ത്രം പറയുന്നില്ല.

2007 ൽ മോൺസാന്റോ കമ്പനി ജനിതക വിത്ത് ഉല്പാദനത്തിൽ കുത്തകയായ ഡെൽറ്റാ പൈൻ ലാന്റ് കമ്പനിയെ 1.5 ബില്യൺ ഡോള

റിന് വിലയ്ക്ക് വാങ്ങുകയും അവർ ഉല്പാദിപ്പിക്കുന്ന കടുകിന് അന്തകവിത്ത് (ടെർമിനേറ്റർ സീഡ്സ്) എന്നുപേരു നല്കിയതും യാദൃച്ഛികമല്ല. രാസമരുന്ന് ഉല്പാദന കമ്പനിയുമായും എ എച്ച് പിയുമായും ഒത്തുചേർന്നുകൊണ്ട് മോൻസാന്റോ കമ്പനി ജനിതക വിദ്യയിൽ ഗവേഷണം നടത്തുവാൻ 33 കോടിയോളം മുടക്കിയിട്ടുണ്ട്. ഈ വൻ നിക്ഷേപത്തിന്റെ 30 ബില്യണും വിവിധ രാജ്യങ്ങളിൽനിന്ന് സബ്സിഡിയായി കിട്ടുകവഴി യാതൊരു മുടക്കവും കൂടാതെ ഗവേഷണം നടത്താൻ ഇവർക്ക് കഴിഞ്ഞുവെന്നുള്ളതാണ് പ്രത്യേകത.

കാർഷികരംഗത്ത് ഉല്പാദനപ്രക്രിയ നടക്കുന്നതിന് പരാഗണത്തിന് വലിയ പങ്കുവഹിക്കുന്നത് തേനീച്ചകളാണ്. ഈ തേനീച്ചകൾ നമ്മുടെ ലോകത്തിൽനിന്നും അപ്രത്യക്ഷമാകുന്നതിന് ജി എം കടുക് കാരണമാകുന്നു. കടുക്-തേനീച്ച ഒരുമിച്ച് കൃഷി ചെയ്താൽ രണ്ടിന്റെയും ഉല്പാദനം 20 മുതൽ 25 ശതമാനംവരെ വർദ്ധിക്കും. പരാഗണം നടക്കാത്തതിനാൽ ജി എം വിളകളിൽ പുഷ്പങ്ങളിൽ തേൻ ഉല്പാദനം നില്ക്കുകയും, അതിനെ ആശ്രയിച്ചു ജീവിക്കുന്ന തേനീച്ചകൾ കൂട്ടത്തോടെ ചത്തൊടുങ്ങുകയും ചെയ്യും.

വിവിധ സ്ഥാനങ്ങളിലുള്ള ബി ജെ പി കാർഷിക സംഘടനകൾ തന്നെ ജി എം കടുകിനെതിരെ രംഗത്തുവന്നിട്ടുണ്ട്. ആറോളം, ജനിറ്റിക് വിദഗ്ദ്ധർ ഉൾപ്പെട്ട ഗുജറാത്ത് വിദ്യാപീഠം എന്ന ബി ജെ പിയുടെ പോഷകസംഘടന രണ്ടു ദിവസം നീണ്ടു നിന്ന ചർച്ചയിൽ അന്തകവിത്തിനെതിരെ നിലകൊണ്ടത് മോദിയെ കുടുക്കി. കീടങ്ങളെ പ്രതിരോധിക്കുന്ന വിത്തുകൾ പിൻവാതിലിലൂടെ കൊണ്ടുവരികയാണ് ലക്ഷ്യമെന്ന് ഗുജറാത്തിലെ കർഷകസംഘടനയായ ജലൻ ട്രസ്റ്റ് (Jalan Trust) ഉം കേത്തി വീരസാത്ത് മിഷനും (Kheti Virasat Mission) ഒന്നടങ്കം പരാതിപ്പെട്ടിട്ടുണ്ട്. ലോകരാജ്യങ്ങൾ ജനിതക വിത്തിൽനിന്നും പിൻവാങ്ങുമ്പോൾ ഇന്ത്യയെപ്പോലെയുള്ള രാജ്യങ്ങൾ ഇത്തരം വിളകളിൽ താല്പര്യം കാണിക്കുന്നത് കുത്തക പ്രീണന നയമാണെന്ന് വ്യക്തമാണ്. ബി ജെ പി സർക്കാർ ഇതിൽനിന്നും പിന്തിരിയാത്തപക്ഷം ഭാവിയിൽ, രോഗികളായ ജനിതകവൈകല്യം ഉള്ള ഒരു കൂട്ടം ആളുകളെ ആയിരിക്കും ഈ വിത്ത് ഇന്ത്യക്ക് സമ്മാനിക്കുക.

മാർച്ച് 22 - ലോക ജലദിനം നമ്മുടെ കുടിവെള്ള ചോർച്ച ഉത്തരവാദി ആര്

നാം അനുഭവിക്കുന്ന ശുദ്ധജലക്ഷാമം ആഗോള താപനവുമായി ബന്ധപ്പെട്ടുകിടക്കുന്നു എന്ന വസ്തുത അടുത്തകാലത്താണ് നമുക്ക് ബോദ്ധ്യപ്പെട്ടത്. ഇന്ത്യയിലെ വരൾച്ചയും ശുദ്ധജലക്ഷാമവും ഇന്ത്യയുടെ തന്നെ സൃഷ്ടിയാണെന്ന് പറയുന്നതിന് പകരം വ്യവസായ രാജ്യങ്ങൾ സൃഷ്ടിക്കുന്ന വായുമലിനീകരണത്തിന്റെ ഇരകളാണെന്ന് പറയേണ്ടി വരും. ആഗോള ശുദ്ധജല ലഭ്യത കുറഞ്ഞുകൊണ്ടിരിക്കുമ്പോൾ അതിന്റെ കാരണമായി ശാസ്ത്രജ്ഞന്മാർ പറയുന്നത്, വർദ്ധിച്ച തോതിലുള്ള ജനസംഖ്യയും അശാസ്ത്രീയമായ ജല ഉപഭോഗവുമാണെന്ന ഈ വാദം ശരിയാണോ എന്ന് പരിശോധിക്കാനുള്ള അവസരം കൂടിയാണ് മാർച്ച് 22 ന്റെ ലോകജലദിനം (World Water Day).

ഭൂമിയിൽ കാണുന്ന 97 ശതമാനം ജലവും ഉപ്പു കലർന്ന് ഉപയോഗ ശൂന്യമായി കടലിൽ അകപ്പെട്ടിരിക്കുമ്പോൾ വെറും മൂന്നു ശതമാനം മാത്രമാണ് ശുദ്ധജലമായി നമുക്ക് നിത്യോപയോഗ ആവശ്യത്തിനായി കിട്ടുന്നത്. എന്നാൽ, ഈ ശുദ്ധജലത്തിന്റെ മൂന്നിൽ രണ്ടു ഭാഗവും മഞ്ഞു മലകളിൽ ഘനീഭവിച്ച് കുടുങ്ങിക്കിടക്കുകയാണ്. ബാക്കി ഘനീഭവിക്കാത്ത ഭൂജലം മാത്രമാണ് നമ്മുടെ ഉപയോഗപ്രദമായി നില്ക്കുന്നത്. ഇതുപോലും കൂടുതൽ മലിനീകരിക്കപ്പെടുകയും അമിതമായ ചൂടുകാരണം ഭൂമിയിൽനിന്ന് ബാഷ്പമായിപ്പോയ ജലത്തിനേക്കാൾ കൂടുതലായി കടലിൽ മഴയായി പതിക്കുകയും ഭൂമിയിൽ ജലക്ഷാമത്തിന് ഇടവരുത്തുകയും മനുഷ്യന് ദോഷകരമായി ബാധിക്കുകയും ചെയ്യുന്നു.

വായുമലിനീകരണം കുറവുള്ള രണ്ട് ഭൂഖണ്ഡങ്ങളാണ് ഏഷ്യയും നോർത്ത് അമേരിക്കയും. എന്നാൽ ഈ രണ്ട് രാജ്യങ്ങളിലും നേരിടുന്ന ജലക്ഷാമം മറ്റു വൻകരകളിൽ അത്ര കൂടുതലായി കാണുന്നില്ല. ഭൂമി

യിലുള്ള ശുദ്ധജലം നിലനിന്നുപോരുന്നത് വർഷപാതം വഴിയാണെങ്കിലും അവ മുഴുവൻ മനുഷ്യൻ ഉപയോഗിക്കത്തക്ക രീതിയിൽ ഭൂപ്രതലത്തിൽ തന്നെ തങ്ങിനില്ക്കുന്നില്ല. കുറയുന്ന വർഷപാതവും ശുദ്ധജലവും ഭൂമിയിൽ ജലദൗർല്ലഭ്യം ഉണ്ടാക്കുകയും ജലത്തിന്റെ ലഭ്യത സാധാരണക്കാരിൽനിന്ന് അന്യവല്ക്കരിക്കുകയും ചെയ്യുന്നു. ലോകത്തിലെ ശരാശരി വർഷപാതം 5177 മില്യൺ ക്യൂബിക് മീറ്റർ ആണെങ്കിലും ബാഷ്പീകരണവും ഹൈഡ്രോളിക് സർക്കുലേഷനും വഴി നിർജ്ജലീകരണം സംഭവിക്കുകയും ശുദ്ധജലം നീരാവിയായി പോയി ബാക്കി 1860 മില്യൺ മെട്രിക് ടൺ മാത്രമാണ് നമുക്ക് ഉപയോഗപ്രദമായി കിട്ടുന്നത്. ഭൂമിയിൽ വർദ്ധിച്ചുവരുന്ന വായുമലിനീകരണം അന്തരീക്ഷത്തിലെ ചൂട് വർദ്ധിപ്പിക്കുകയും ബാഷ്പീകരണ വേഗത വർദ്ധിപ്പിക്കുകയും ജലക്ഷാമത്തിന് കാരണമാവുകയും ചെയ്യുന്നു. 2050 ആവുമ്പോഴേക്കും ശുദ്ധജലത്തിന്റെ അളവ് 1120 മില്യൺ ക്യൂബിക് മീറ്റർ ആയി ചുരുങ്ങുമെന്നാണ് വിദഗ്ദ്ധർ പറയുന്നത്.

ജലത്തിന്റെ ലഭ്യത കുറയുന്നുവെന്നു മാത്രമല്ല അതിലടങ്ങിയിട്ടുള്ള വിഷാംശങ്ങളുടെ അളവ് കൂടി വരുന്നതും ജലത്തിന്റെ സ്വാഭാവിക മൂല്യം നഷ്ടപ്പെടുന്നതിന് ഇടവരുത്തുന്നു. അമൂല്യമായ ജലത്തിന്റെ മൂല്യം കുറയാൻ തുടങ്ങിയതാണ് മലിനീകരണത്തിനു ശേഷം ഉണ്ടായ ഏറ്റവും വലിയ ജലദുരന്തം. നാം ഉപയോഗിക്കുന്ന ജലത്തിന്റെ മൂല്യം തിട്ടപ്പെടുത്താൻ പറ്റാതായത് ജലത്തിന്റെ പ്രകൃതിദത്തമായ ജീവകണം ഉള്ളതുകൊണ്ടാണ്. അതുകൊണ്ടാണ് ജലം അമൂല്യമാണെന്ന് പറയുന്നത്. ജലത്തിന്റെ മലിനീകരണം ഇതിന്റെ ജീവകണം കുറയ്ക്കുകയും ചെയ്തു. മലിനീകരണം കൂടുന്നതിനനുസരിച്ച് ശുദ്ധജലത്തിന്റെ മൂല്യം ആനുപാതികമായി കുറഞ്ഞുവരികയും അതിനോട് ബന്ധപ്പെട്ട് അവയെ ആശ്രയിച്ചു നില്ക്കുന്ന കോടാനുകോടി ജീവിവർഗ്ഗങ്ങളുടെ നിലനില്പിന് ആനുപാതികമായി ദോഷം ചെയ്യുകയും ചെയ്യുന്നു. 2012 ൽ പോപ്പുലേഷൻ റിസർട്ട് സെന്റർ കണക്കനുസരിച്ച് ഏഴിൽ ഒരാൾ വീതം ജല മലിനീകരണ രോഗത്തിന് ഇരയായിത്തീരുകയും ഇതിന്റെ വ്യാപ്തി വർദ്ധിച്ച് 2014 ആവുമ്പോഴേക്കും ആറിൽ ഒരാൾ വീതം ജലമാലിന്യ രോഗങ്ങൾക്ക് വിധേയനാവുകയും ചെയ്തു. 8.9 മില്യൺ ആളുകൾ വികസ്വര രാജ്യങ്ങളിൽ ജലമലിനീകരണവുമായി ബന്ധപ്പെട്ട രോഗങ്ങളാൽ മരണമടയുകയും ചെയ്യുന്നു.

മൊത്തം കാർബൺ വിസർജ്ജനത്തിന്റെ 24% അമേരിക്കയും 21% ജി 7 രാഷ്ട്രങ്ങളും സംഭാവനചെയ്യുന്നു. ഈ രാജ്യങ്ങൾ ഇത്രയും ഭീമമായ തോതിൽ ബഹിർഗമനം നടത്തുമ്പോൾ ഈ വിഷലിപ്ത വാതകങ്ങൾ എല്ലാം തന്നെ ഭൂമി കറങ്ങുന്നതോടുകൂടി സാന്ദ്രത കുറഞ്ഞ മറ്റ് രാജ്യങ്ങളിലേക്ക് എത്തിപ്പെടുകയും ആ രാജ്യങ്ങളിലെ അന്തരീക്ഷത്തെ ചൂടുപിടിപ്പിക്കുകയും വാട്ടർ ഹൈഡ്രേഷന്റെ നിരക്ക് വർദ്ധിപ്പിക്കുകയും ചെയ്യുന്നു. ഈ നിരക്ക് വർദ്ധനവ് വികസ്വര രാഷ്ട്രങ്ങൾക്ക് സമാനമായി

ട്ടായിരിക്കും സംഭവിക്കുന്നത്. കാരണം ചലന സ്വഭാവമുള്ള കേന്ദ്രീകൃത വായു മാലിന്യ സ്ഥലത്തുനിന്ന് വിവിധ രാജ്യങ്ങളിലേക്ക് വിതരണം നടത്തുന്നത് ഓരോ രാജ്യത്തിന്റെയും മലിന വായുവിന്റെ സാന്ദ്രതയനുസരിച്ചായിരിക്കുകയും ഈ വിഷവാതകം ദീർഘകാലയളവിൽ തുല്യമായി വിതരണം ചെയ്യുകയും ചെയ്യുന്നു. അർദ്ധ ദ്രാവക ഖര രൂപത്തിലുള്ള പൊടിപടലങ്ങളടങ്ങിയ എയറോസോളിന്റെ അളവ് ഇരുരാജ്യങ്ങളിലും തുല്യമായിട്ടാണ് കാണുന്നത്. അന്തരീക്ഷം ചൂടുപിടിച്ച് ബാഷ്പീകരണ പ്രക്രിയയിൽ മാറ്റം വരുത്തുന്നതിന് ഇതിന് വലിയ സ്ഥാനം ഉണ്ട്. സ്വന്തം വായുമലിനീകരണത്തിന്റെ ഫലമല്ലാതെ മറ്റു രാജ്യങ്ങിൽനിന്ന് വരുന്ന വാതകങ്ങൾ വഴി അന്തരീക്ഷത്തിലെ ഊഷ്മാവ് വർദ്ധിപ്പിക്കുകയും ജലത്തെ ബാഷ്പീകരിക്കുകയും ജലക്ഷാമമുണ്ടാക്കുകയും ചെയ്യുന്ന പ്രഭാവത്തെ എക്സ്റ്റേണൽ പൊലൂഷൺ ഇഫക്ട് ഓൺ വാട്ടർ (EPEW) എന്നു പറയാം. ഈയൊരു സിദ്ധാന്തത്തിന് കൂടുതൽ കരുത്ത് പകരുകയും കാലാവസ്ഥാ ശാസ്ത്രത്തിന് ഒരു സാമൂഹ്യ ശാസ്ത്രത്തിന്റെ സ്ഥാനം നല്കുകയും ചെയ്ത ശാസ്ത്രജ്ഞനാണ് കാലിഫോർണിയ യൂണിവേഴ്സിറ്റിയിലെ പ്രൊഫസർ Famigiliti (ഫെമിഗിലിറ്റി) അദ്ദേഹത്തിന്റെ അഭിപ്രായമനുസരിച്ച് വായു മലിനീകരണത്തിന്റെ തോത് കൂടുന്തോറും ജല വിതരണത്തിനുള്ള അസന്തുലിതാവസ്ഥ വർദ്ധിക്കുകയും ചെറുകിട രാജ്യങ്ങളായ പാകിസ്ഥാൻ, ബംഗ്ലാദേശ്, ഭൂട്ടാൻ, ബർമ്മ തുടങ്ങിയ രാജ്യങ്ങളിൽ ജലക്ഷാമം നേരിടുകയും ചെയ്യുന്നു. അദ്ദേഹത്തിന്റെ പഠനഫലം നാഷണൽ അക്കാദമിക് ഓഫ് സയൻസാണ് പ്രസിദ്ധീകരിച്ചത്. ജല ബാഷ്പീകരണം കൂടുതൽ നടക്കുന്ന വികസ്വര രാഷ്ട്രങ്ങളിൽനിന്ന് അവിടത്തെ നദികളിൽനിന്നും കനാലുകളിൽനിന്നും മറ്റ് ഡാമുകളിൽനിന്നും കൂടുതൽ ജലം ബാഷ്പമായി ത്തീരുകയും അവ ഭൂമിയിൽത്തന്നെ മഴയായി പതിക്കുന്നതിന് പകരം കടലിൽ പതിക്കുന്നത് വികസ്വര രാഷ്ട്രങ്ങളിൽ ജലക്ഷാമത്തിന് ഇടവരുത്തുന്നു. 1994 മുതൽ 2006 വരെയുള്ള കാലഘട്ടത്തിൽ 18% ജലം നദികളിൽനിന്നും പുഴകളിൽനിന്നും ബാഷ്പീകരണം വഴി തട്ടിയെടുത്ത് അവ കടലുകളിൽ നിക്ഷേപിക്കുന്നു. അതായത് ഈ കാലത്തിനിടയിൽ ശരാശരി ഒരു വർഷത്തിൽ 1.5% വരെ ജലം കടലുകളിൽ നിക്ഷേപിക്കുന്നതായിട്ടാണ് കണക്കാക്കുന്നത്. എക്സ്റ്റേണൽ പൊലൂഷൻ പ്രഭാവമനുസരിച്ച് ഏകദേശം 144 ക്യുബിക് കിലോമീറ്റർ ശുദ്ധജലം തുർക്കിയിൽനിന്നും (0.95% മാത്രമേ ആഗോള കാർബൺ ബഹിർഗമനം നടത്തുന്നത്) സിറിയ, ഇറാഖ് എന്നീ രാജ്യങ്ങളിൽനിന്നും എക്സ്റ്റേണൽ മലിന പ്രഭാവം വഴി വാതകം നീരാവിയായി പോവുകയും അവ മഴയായി കടലിൽ നിക്ഷേപിക്കപ്പെടുകയും ചെയ്യുന്നു. ഇങ്ങനെ തട്ടിയെടുക്കുന്ന ജലം ശുദ്ധജലമായതിനാൽ ഭൂമിയിലെ മൊത്തത്തിലുള്ള ശുദ്ധജലത്തിന്റെ അളവ് കുറയുകയും ജലക്ഷാമം അനുഭവപ്പെടുകയും ചെയ്യുന്നു. അതായത് ലോകത്തിൽ അനുഭവപ്പെടുന്ന ജലക്ഷാമത്തിന്റെ 50

ശതമാനത്തിന്റെയും പ്രധാന ഉത്തരവാദികൾ അമേരിക്കയും മറ്റു ജി-7 രാഷ്ട്രങ്ങളുമാണ്.

എന്തുകൊണ്ട് ഇത്തരം എക്സ്റ്റേണൽ പൊലൂഷൻ പ്രഭാവം കൊണ്ടുണ്ടാക്കുന്ന മഴ ആ രാഷ്ട്രത്തിൽ തന്നെ മഴയായി പെയ്യുന്നില്ല? വായു മലിനീകരണം കുറഞ്ഞതും കൂടിയതും എന്ന വ്യത്യാസമില്ലാതെ എല്ലാ രാജ്യങ്ങളും എക്സ്റ്റേണൽ പൊലൂഷൻ പ്രഭാവം പ്രവർത്തിക്കുന്നിടത്തോളം കാലം എയറോസോളിന്റെ അളവ് തുല്യമായിരിക്കും. അതായത് ദീർഘകാലയളവിൽ എല്ലാ രാജ്യങ്ങളിലും എയറോസോൾ 1,60,000 Cm^3 ആയി നിലനില്ക്കുന്നത് കാണാം. മലിനീകരണ രാഷ്ട്രങ്ങളിൽ 1,60,000 cm^3 മാത്രമാവുമ്പോൾ ശുദ്ധമായ കടലിലെ അന്തരീക്ഷ വായുവിൽ എയറോസോളിന്റെ അളവ് 1500 ക്യുബിക് മീറ്റർ മാത്രമേ വരുന്നുള്ളൂ. അതുകൊണ്ടുതന്നെ മഴ കൂടുതൽ വായുസാന്ദ്രത ഉള്ള സ്ഥലങ്ങളിൽനിന്നും തെന്നിമാറി വളരെ വായുസാന്ദ്രത കുറഞ്ഞ കടലുകളിലും മറ്റും പതിക്കുന്നു. ഭൂമിയുടെ റേഡിയേഷൻ ബാലൻസിലുണ്ടാക്കുന്ന ഈ വ്യതിയാനം അന്തരീക്ഷത്തിനെ കൂടുതൽ സാന്ദ്രതയുളവാക്കുകയും മഴ കാർമേഘത്തെ തള്ളിമാറ്റി കടലിൽ മഴ കൂടുതൽ പതിക്കാൻ ഇടവരുത്തുകയും ചെയ്യുന്നു. കൂടുതൽ എയറോസോൺ കുറഞ്ഞ മേഘം ഉണ്ടാക്കുകയും ഈ മേഘങ്ങളെ മഴയായി പ്രസ്തുത സ്ഥലത്ത് പെയ്യുന്നതിന് തടസ്സപ്പെടുത്തുകയും ചെയ്യുന്നു. വികസ്വര രാഷ്ട്രങ്ങളിൽ എത്തിപ്പെട്ടിട്ടുള്ള ഇത്തരം കാലാവസ്ഥാ വ്യതിയാനം വഴിയുള്ള ജലക്ഷാമം അവരുടെ സ്വന്തം സൃഷ്ടിയല്ല. മറിച്ച് വൻകിട വ്യവസായ രാജ്യങ്ങൾ പുറന്തള്ളിയിട്ടുള്ള മലിന വാതകങ്ങൾ അവരുടെ രാജ്യത്ത് എത്തിപ്പെടുകയും അതുവഴിയുണ്ടാകുന്ന കാലാവസ്ഥാ പ്രതിഭാസമാണ് മഴ കുറയുന്നതിന് കാരണം.

മഴ കുറയുമ്പോൾ ജലക്ഷാമമുണ്ടാകുകയും ജലം ഒരു വാണിജ്യവസ്തുവായിത്തീരുകയും ചെയ്യുന്നു. അതായത് ജലത്തിന്റെ മൂല്യം കുറയുന്നതിന് അനുസരിച്ച് വാണിജ്യവല്ക്കരിക്കപ്പെടുകയും ജലലഭ്യത സാധാരണക്കാരിൽനിന്ന് അകന്നു പോവുകയും ചെയ്യുന്നു.

നമ്മുടെ ജലക്ഷാമത്തിന് പ്രധാന കാരണം ജനസംഖ്യാ വർദ്ധനവാണെന്ന അശാസ്ത്രീയ നിലപാടുമായി അമേരിക്ക അടക്കമുള്ള വികസിത രാഷ്ട്രങ്ങൾ വാദിക്കുമ്പോൾ ജനസംഖ്യ കുറഞ്ഞതും വായുമലിനീകരണം ഒരു ശതമാനം മാത്രമുള്ളതുമായ രാജ്യങ്ങളിൽ വായു മലിനീകരണത്തന്റെ ഫലമായുണ്ടാവുന്ന അന്തരീക്ഷ അസന്തുലിതാവസ്ഥയും കാലാവസ്ഥാ വ്യതിയാനവും അതുവഴി ജലക്ഷാമവും ഉണ്ടാകുന്നു എന്നു വിശദീകരിക്കാൻ അവർക്ക് കഴിയുന്നില്ല. ഭൂമിയിലുള്ള ജലത്തിന്റെ അളവ് സ്ഥിരമാണെന്നും ബാഷ്പീകരണവും വർഷപാതവും വഴി താല്ക്കാലികമായി ജലനിക്ഷേപത്തിൽ മാറ്റമുണ്ടാവുമെങ്കിലും ഭൂമിയിലെ ജലം കോടാനുകോടി കൊല്ലങ്ങളായി സ്ഥിരമാണ് എന്നതാണ് വസ്തുത. മനുഷ്യൻ ഭക്ഷണം പാകം ചെയ്യുമ്പോഴും കുളിക്കുമ്പോഴും

കൃഷി ചെയ്യുമ്പോഴും അവ ഭൂമിയിൽനിന്ന് സ്ഥിരമായി നഷ്ടപ്പെടുന്നില്ല. അവ ഭൂമിയിൽതന്നെ പുനർനിക്ഷേപിക്കപ്പെടുമ്പോഴും ഭൂമിയുടെ തന്നെ സമ്പത്തായി എല്ലാക്കാലത്തും നിലനില്ക്കുകയും ചെയ്യുന്നു. നമ്മുടെ ഭൂമിയിൽ എത്ര ആളുകൾ ജീവിച്ചാലും ശരി ആ ആളുകൾക്കെല്ലാംതന്നെ ജലം ഉപയോഗിക്കാനുള്ള അവകാശം പ്രകൃതി ദാനമായി ഭൂമിക്ക് നല്കിയിട്ടുണ്ട്. ഭൂമിയിലുള്ള ജലം ഇങ്ങനെ പുനർനിക്ഷേപിക്കപ്പെടുന്നിടത്തോളം കാലം ജലക്ഷാമം വഴിയുള്ള ദുരന്തങ്ങളുണ്ടാവുകയില്ല.

'എക്സ്റ്റേണൽ മലിനീകരണ പ്രഭാവം' സ്ഥിതിഗതികളെ തന്നെ മൊത്തം താളം തെറ്റിക്കുകയും സ്വമേധയാ ഉള്ള പ്രകൃതിയുടെ സന്തുലിതാവസ്ഥ പ്രാപിക്കുന്നതിനുള്ള കഴിവിനെ തടസ്സപ്പെടുത്തുകയും ചെയ്യുന്നു. ജലത്തിന്റെ പുനർനിക്ഷേപം നഷ്ടപ്പെടുന്നതോടുകൂടി ജലക്ഷാമം ഉണ്ടാകാൻ തുടങ്ങി എന്നതാണ് വസ്തുത. ജലത്തിന്റെ അമിതമായ ഉപഭോഗമാണ് ജലത്തെ ക്ഷാമത്തിലേക്ക് നയിച്ചത് എന്ന ധാരണ മാറ്റണം. മനുഷ്യൻ കൃത്രിമമായി ജലത്തിലുണ്ടാക്കിയിട്ടുള്ള അസ്വാഭാവിക മാറ്റങ്ങൾ ജലത്തിന്റെ സ്വാഭാവികത നഷ്ടപ്പെടുത്തുകയും അവയെ വിഷലിപ്തമാക്കുകയും ചെയ്യുന്നതോടുകൂടിയാണ് ജലക്ഷാമം എന്ന പ്രതിഭാസം ഭൂമിയിലുണ്ടാവാൻ തുടങ്ങിയത്. ഇങ്ങനെ അശുദ്ധീകരിക്കപ്പെട്ടിട്ടുള്ള ജലം ബാഷ്പീകരിച്ച് വീണ്ടും ഭൂമിയിൽ നിക്ഷേപിക്കപ്പെടുമ്പോൾ അവ മലിനപ്പെട്ടുപോകുന്നു. ജലം ബാഷ്പീകരണ വേളയിൽ അതിന്റെ അശുദ്ധ മാലിന്യം ഭൂമിയിൽ നിക്ഷേപിച്ചാണ് ബാഷ്പീകരണം നടക്കുന്നത്. എന്നാൽ തിരിച്ചെത്തുന്നത് ഈ അവശിഷ്ടങ്ങളിലേക്ക് തന്നെ ആയതുകൊണ്ട് ജലത്തിന്റെ ഹൈഡ്രോളിക് സർക്കുലേഷൻ ഒരിക്കലും മാലിന്യം കുറയ്ക്കുന്നില്ല.

ഇന്ത്യയടക്കമുള്ള വികസ്വര രാജ്യങ്ങളിൽ ജലക്ഷാമം വർദ്ധിച്ചത് എക്സ്റ്റേണൽ പൊല്യൂഷൻ പ്രഭാവത്തിന്റെ ഫലമായി വൻ വ്യവസായ രാജ്യങ്ങളിൽനിന്നും നമ്മുടെ രാജ്യത്ത് എത്തിപ്പെട്ടിട്ടുള്ള കാലാവസ്ഥ വ്യതിയാനവും അതുവഴി നമ്മുടെ പുഴകളിൽനിന്നും നദികളിൽനിന്നും ബാഷ്പമായിപ്പോയിട്ടുള്ള നീരാവി നമ്മുടെ രാജ്യത്ത് തന്നെ മഴയായി പതിക്കുന്നതിന് പകരം കടലിൽ നിക്ഷേപിക്കപ്പെടുന്നത് ജലക്ഷാമത്തിന് കാരണമാകുന്നു. വർദ്ധിച്ചുവരുന്ന ജനസംഖ്യയും ജലക്ഷാമവും തമ്മിൽ യാതൊരു ബന്ധമില്ല എന്നും വികസ്വര രാഷ്ട്രങ്ങൾ സൃഷ്ടിച്ചിട്ടുള്ള കാലാവസ്ഥാ ദുരന്തങ്ങൾ ആണ് ഇത്തരം രാജ്യങ്ങളിലുള്ള ജലക്ഷാമമെന്നും തിരിച്ചറിയാൻ ഈ വർഷത്തെ ജലദിനം നമ്മളെ സഹായിക്കട്ടെ.

ജലക്ഷാമം: ശാശ്വതമായ പരിഹാരം ബാഷ്പീകരണ നിയന്ത്രണം

ഇന്ത്യയിലെ മറ്റ് സംസ്ഥാനങ്ങളെ അപേക്ഷിച്ച് ശരാശരിയിലും കൂടുതൽ (3000 എം എം) കേരളത്തിൽ മഴ ലഭിക്കുന്നുണ്ടെങ്കിലും അതിന്റെ ഗുണം അനുഭവിക്കാൻ നമുക്ക് കഴിഞ്ഞില്ല. മണ്ണിന്റെ ഭൗതിക രാസഘടന, ഉപരിതല പ്ലവനത, ഭൂമിയുടെ ഭൗതിക സ്വഭാവം തുടങ്ങിയവ നമുക്ക് അനുകൂലമായിട്ടുപോലും ഭൂഗർഭ ജലവിതാന നിരക്ക് ഉയർത്തുന്നതിനോ ജലക്ഷാമം പരിഹരിക്കുന്നതിനോ സാധിച്ചിട്ടില്ല. മാത്രമല്ല, സമാന്തരമായി കടന്നുപോകുന്ന പശ്ചിമഘട്ടംപോലെയുള്ള ജലഗോപുരത്തിന്റെ സാമീപ്യമുണ്ടായിട്ടും അവയിലെ ജലം നമ്മുടെ ഭൂ അറകളിൽ സംരക്ഷിച്ചു നിർത്തുന്നതിൽ നാം പരാജയപ്പെട്ടു. പശ്ചിമഘട്ടത്തിൽനിന്ന് ഉത്ഭവിച്ച് പടിഞ്ഞാറോട്ട് ഒഴുകുന്ന 41 നദികളും കിഴക്കോട്ട് ഒഴുകുന്ന മൂന്നു നദികളും കൂടി മൊത്തം 78.041 മില്യൺ ക്യുബിക് മീറ്ററോളം (എം സി എം) ജലം ഒഴുകുന്നുണ്ട്. അതിൽ 71.23 എം സി എം ജലവും കേരളത്തിലൂടെയാണ് ഒഴുകുന്നത്. ഭൗമ അറകളിൽ ജലം എത്തിക്കുന്നതിനുള്ള സാങ്കേതിക നയം നടപ്പാക്കുന്നതിന്റെ പോരായ്മയാണ് ജലക്ഷാമത്തിന് ഇടവരുത്തിയത്.

പശ്ചിമഘട്ട മലനിരകളിൽ പെയ്തിറങ്ങുന്ന മഴയുടെ മൂന്നിൽ രണ്ടു ഭാഗവും ഭൂഗർഭ അറകളിൽ എത്തിച്ചേരുന്നതിന് പകരം കടലിലെത്തിച്ചേരുകയും നമ്മുടെ ശുദ്ധജലം സ്ഥിരമായി നഷ്ടപ്പെട്ടുപോകുന്നതിന് ഇടവരുത്തുകയും ചെയ്യുന്നു. ഇഷ്ടാനുസരണം ജലം ലഭിക്കുന്നതിനുള്ള സൗകര്യം പശ്ചിമഘട്ടം നമുക്ക് തരുന്നുണ്ടെങ്കിലും ഇവയുടെ സംരക്ഷണ നയത്തിന്റെ പോരായ്മ നമ്മളെ കുറച്ചൊന്നുമല്ല ജലക്ഷാമത്തിന് ഇരയാക്കിയത്. നമ്മളേക്കാൾ കുറഞ്ഞ മഴ ലഭിക്കുന്ന മറ്റു സംസ്ഥാനങ്ങളെ അപേക്ഷിച്ച്, കേരളത്തിലെ ഭൗമജലവിതാന നിരക്ക് വളരെ താഴ്ന്നു

പോയത് പണ്ട് മുതൽ തന്നെ പിന്തുടർന്ന തെറ്റായ ജലസംരക്ഷണ നയത്തിന്റെ ഫലമാണ്. ജലനിരപ്പ് പലപ്പോഴും 0-20 എം ബി ജി എൽ (മീറ്റർ ബിലോ ഗ്രൗണ്ട് ലെവൽ) വരെ എത്തിയിട്ടുപോലും ഇങ്ങനെ സംഭവിച്ചത് എന്തുകൊണ്ട് എന്നോ ജലസംരക്ഷണത്തിന്റെ ശാസ്ത്രീയ മാർഗ്ഗം എന്താണെന്നുപോലും അന്വേഷിച്ചിട്ടില്ല. കാലാവസ്ഥവിധിന്യായത്തെ മാത്രം പഴിചാരി രക്ഷപ്പെടാനുള്ള ശ്രമമാണ് ഇന്നേവരെ നാം നടത്തിയിട്ടുള്ളത്. ലോകത്തിലെ മറ്റേത് രാഷ്ട്രങ്ങളേക്കാളും ജലവിനിയോഗ നയത്തിൽ കേരളം പിന്നിലാണ്. ചൈനയിൽ 655 മില്ലിമീറ്റർ മാത്രമേ ലഭിക്കുന്നുള്ളൂ എങ്കിലും 10 എം ബി ജി എല്ലിൽ കൂടുതൽ ജലം താഴ്ന്നിട്ടില്ല. അതുപോലെ തന്നെ ഇറാഖിൽ 216 മില്ലീമീറ്റർ മാത്രമാണ് ശരാശരി മഴ ലഭിക്കുന്നുള്ളൂ എങ്കിലും 7 എം ബി ജി എല്ലിൽ കൂടുതൽ ജലനിരക്ക് താഴ്ന്നതായി റിപ്പോർട്ട് ചെയ്യപ്പെട്ടിട്ടില്ല. യഥാർത്ഥത്തിൽ നാം വേനല്ക്കാലം അടുക്കുമ്പോൾ മാത്രമാണ് ജലസംരക്ഷണത്തെപ്പറ്റി ആലോചിക്കുന്നതും പ്രവർത്തിക്കുന്നതും. അതുതന്നെ കഴിഞ്ഞ വർഷം ജലക്ഷാമം രൂക്ഷമായപ്പോൾ മാത്രമാണ് സർക്കാർ മുന്നിട്ടിറങ്ങിയത്. ദീർഘകാലാടിസ്ഥാനത്തിൽ, ഒരു ജലസംരക്ഷണ നയം രൂപീകരിച്ചാൽ മാത്രമേ ഈയൊരു പ്രശ്നത്തിന് ശാശ്വതമായ പരിഹാരം കാണാൻ കഴിയൂ.

സാമാന്യം നല്ല തോതിൽ മഴ ലഭിച്ചിരുന്ന കേരളത്തിൽ 2 വർഷത്തിനിങ്ങോട്ടാണ് ഭൂഗർഭ ജലവിതാനം ഭയാനകമായി കുറയാൻ തുടങ്ങിയത്. കാലാവസ്ഥാ വ്യതിയാനവും വരൾച്ചയും ജലലഭ്യത കുറച്ചിട്ടുണ്ടെങ്കിലും കേരളത്തെ സംബന്ധിച്ചിടത്തോളം രണ്ട് പ്രധാന ഘടകങ്ങളാണ് ഭൂഗർഭ ജലവിതാനം വളരെ ദനയീയമായ തോതിൽ താഴുന്നതിന് ഇടവരുത്തിയത്. ഒന്ന് ജലം വിവിധ ഭൂഗർഭജല അറകളിലേക്ക് എത്തിച്ചു സംരക്ഷിക്കുന്നത് ധാരാളം സുഷിരങ്ങളോടുകൂടിയ ചെറു 'ന്യൂറോണുകൾ' ആണ്. ധാരാളം സുഷിരങ്ങളടങ്ങിയ ജലത്തെ ഭൂഗർഭ അറകളിലേക്ക് എത്തിക്കുന്നതിന് പ്രാപ്തമായ ലക്ഷക്കണക്കിന് ചെറു ചാനലുകളാണ് ന്യൂറോണുകൾ. ഭൂമിയുടെ ഉപരിതല പ്രതലത്തെ പൂർണ്ണമായും ഈ ന്യൂറോണുകൾ അടഞ്ഞുപോയത് ഭൂമിയെ ആന്റി ഫിൽറ്ററേഷൻ പ്രതലമാക്കി മാറ്റി. മഴ പെയ്യുമ്പോൾ ഈ ജലം വലിച്ചെടുത്ത് ഭൂ അറകലിലേക്ക് എത്തിക്കുകയും അതിനെ സ്ഥിരമായി സംരക്ഷിക്കുകയും ചെയ്യുന്നത് ഈ ന്യൂറോണുകളാണ്. മനുഷ്യ ശരീരത്തിലെ ഞരമ്പുകൾപോലെ പ്രവർത്തിക്കുന്ന ഈ ചെറു ചാനലുകളായ ന്യൂറോണുകൾ, നാം പലപ്പോഴായി അശ്രദ്ധമായി വലിച്ചെറിയുന്ന പ്ലാസ്റ്റിക് കവറുകൾ, ചെറു പ്ലാസ്റ്റിക് സ്ക്രാപ്പുകൾ തുടങ്ങിയവകൊണ്ട് അടഞ്ഞുപോയത് ജല ഫിൽറ്ററേഷന് തടസ്സമായിത്തീരുന്നു. ഈ സ്ക്രാപ്പുകൾ ഉഷ്ണക്കാലത്ത് സൂര്യതാപമേറ്റ് മൺതരികളോടുകൂടി ഉരുകി അനേകം ചെറു ലേയറുകളായി രൂപാന്തരപ്പെട്ടു ഭൂതലത്തിലെ ചെറിയ ന്യൂറോണുകളെ അടയ്ക്കുന്നു. ഇതുകാരണം, മഴവെള്ളം ഫിൽറ്ററേഷന് സാദ്ധ്യമാകാതെ

അതിവേഗം കുത്തിയൊലിച്ച് കടലിൽ പതിക്കുന്നതിനും ശുദ്ധജലം എന്നെന്നേക്കുമായി നഷ്ടപ്പെടുന്നതിനും ഇടവരുത്തുന്നു. രണ്ട് ദശകങ്ങൾക്കു മുമ്പേ പശ്ചിമഘട്ടത്തിൽ പെയ്ത മഴയുടെ മൂന്നിൽ രണ്ടുഭാഗവും ഭൂ അറകളിലേക്ക് നിക്ഷേപിക്കപ്പെട്ട് ബാക്കി മാത്രമാണ് അറബിക്കടലിൽ പതിക്കുന്നത്. അതുതന്നെ 50 മുതൽ 90 ദിവസത്തിനുള്ളിൽ സമയമെടുത്ത് നടക്കുന്ന ഒരു പ്രക്രിയയായിരുന്നു. എന്നാൽ ഇന്ന് പശ്ചിമഘട്ടത്ത് പെയ്യുന്ന മഴയുടെ മൂന്നിൽ രണ്ടുഭാഗവും രണ്ട് മൂന്ന് ആഴ്ചകൾക്കകം തന്നെ ഭൂമിയിൽ സംരക്ഷിക്കപ്പെടാതെ ഒഴുകിപ്പോയി കടലിൽ പതിക്കുന്നു.

രണ്ടാമത്തെ കാരണം, ബാഷ്പീകരണം വഴി നഷ്ടപ്പെട്ടു പോകുന്ന ഉപരിതല ജലത്തിന്റെ അളവ് തിട്ടപ്പെടുത്താനോ അതിന് പരിഹാരം കാണാനോ നാം ഒരു ശ്രമവും നടത്തിയിട്ടില്ല എന്നതാണ്. ഇന്ത്യയിലെ പല ഭാഗങ്ങളിലായി 150 സെ മീ മുതൽ 250 സെ മീ വരെ ശരാശരി ജലം ബാഷ്പമായി പോകുന്നു. കേരളത്തിൽ പെയ്യുന്ന മഴയുടെ പകുതി ഭാഗവും ഭൂഗർഭ അറകളിലേക്ക് എത്തിപ്പെടുന്നതിന് മുമ്പേ തന്നെ അവ ബാഷ്പമായി പോകുന്നു. ഭൂതല ജല ന്യൂറോൺ ബ്ലോക്കുകൾ വ്യാപകമായി വന്നതോടുകൂടി മഴവെള്ളം ഭൂമിയിലേക്ക് ഇറങ്ങിപ്പോകുന്നതിൽ തടസ്സപ്പെടുത്തുക മാത്രമല്ല ബാഷ്പീകരണം ത്വരിതപ്പെടുത്തുകയും ചെയ്യും. മഴ പെയ്ത ഉടൻതന്നെ ജലം താഴ്ന്നിറങ്ങി ഭൂഗർഭ അറകളിലെത്തുന്നതിന് മുമ്പേ ബാഷ്പീകരണത്തിന് വിധേയമാകുന്നു. ഭൂഗർഭ ജല അറകളിലെ ജലവിതാനം ഉയർത്തുന്നതിന് മഴയുടെ അളവ് മാത്രമല്ല പ്രധാനപ്പെട്ടതെന്നും അവ നീരാവിയായിപ്പോകാതെ സംരക്ഷിച്ചു നിർത്തുന്നതിനുള്ള സാങ്കേതിക വിദ്യയുടെ ഉപയോഗം പ്രധാനപ്പെട്ടതാണെന്നും നാം മനസ്സിലാക്കേണ്ടിയിരിക്കുന്നു. ബാഷ്പീകരണ ജലനഷ്ടം നിയന്ത്രിക്കുകയാണെങ്കിൽ 50 ശതമാനം മഴ കുറഞ്ഞാൽപ്പോലും ഭൂഗർഭ അറകളിൽ ജലനിരക്ക് വർദ്ധിപ്പിക്കാം എന്നുള്ളതാണ് ഇസ്രായേൽ തുടങ്ങിയ രാജ്യങ്ങളിലെ ജലസംരക്ഷണ മാർഗ്ഗം നമ്മെ പഠിപ്പിക്കുന്നത്. കൃഷിക്ക് വേണ്ടി വയലുകളിലെത്തിപ്പെടുന്ന ജലം ഭൂരിഭാഗവും ബാഷ്പീകരിക്കപ്പെട്ടു പോകുന്നതിനാൽ കൃഷിക്ക് യാതൊരുഗുണവും ലഭിക്കുന്നില്ല. അതുപോലെ ഡാമുകളിൽ ബാഷ്പീകരണ നിരക്ക് കൃഷിയിടങ്ങളെ അപേക്ഷിച്ച് കുറവാണ്. കാരണം ജലത്തിന്റെ ഉപരിതലവ്യാപ്തി കൂടുകയും അതേ അവസരത്തിൽ ജലത്തിന്റെ അളവ് കുറയുകയും ചെയ്തത് ബാഷ്പീകരണം കുറയുന്നതിന് ഇടവരുത്തുന്നു. എന്നിട്ടുപോലും ഡാമുകളിലെ ജലബാഷ്പീകരണം വഴി 30 മുതൽ 40 ശതമാനംവരെ ജലം നഷ്ടമുണ്ടാകുന്നു എന്നാണ് കണക്കാക്കപ്പെട്ടിരിക്കുന്നത്. ഇങ്ങനെ നഷ്ടപ്പെട്ടുപോകുന്ന ജലം ഒഴിവാക്കിയാൽ വേനല്ക്കാലത്ത് വൈദ്യുതി പ്രശ്നം ഒരുപരിധിവരെ നമുക്ക് പരിഹരിക്കാം എന്നാണ് ഇസ്രായേൽ, ചൈന തുടങ്ങിയ രാജ്യങ്ങളിൽനിന്നുള്ള പഠനങ്ങൾ തെളിയിക്കുന്നത്. 50 എം X 25 എം ഡയമീറ്ററും മൊത്തം ഉപരിതല വ്യാപ്തി

1250 സ്ക്വയർ മീറ്ററും ആണെങ്കിൽ ഏപ്രിൽ മെയ് മാസത്തെ ഉഷ്ണ കാലത്ത് ഒരു മണിക്കൂറിൽ 440 ലിറ്റർ ജലം നഷ്ടപ്പെടുന്നുണ്ട്. അതായത് ഒരു ദിവസം 10560 ലിറ്റർ ജലം നഷ്ടപ്പെട്ടുപോകുന്നു. കേരളത്തിലെ ഡാമുകളിൽ ബാഷ്പീകരണം വഴി നഷ്ടപ്പെട്ടുപോകുന്ന ജലം നിയന്ത്രിക്കുകയാണെങ്കിൽ ഒരു ഡാം ഉണ്ടാക്കുമ്പോൾ ലഭിക്കുന്ന വൈദ്യുതിക്ക് തുല്യമായ അളവിൽ വൈദ്യുതി ഉല്പാദിപ്പിക്കാൻ കഴിയുന്നു. ഇങ്ങനെ വരുമ്പോൾ ആതിരപ്പള്ളി ജലവൈദ്യുത പദ്ധതിയോ മറ്റ് ആണവ നിലയങ്ങളോ ഇല്ലാതെ തന്നെ നമുക്ക് വൈദ്യുതി പ്രശ്നം പരിഹരിക്കാൻ കഴിയും. ഇസ്രായേൽ എഞ്ചിനീയറായ മോഷെ അലമാറയുടെ (Moshe Alamara) ബാഷ്പീകരണത്തെ സംബന്ധിച്ച് ചില നിരീക്ഷണങ്ങൾ കേരളീയ സാഹചര്യത്തിൽ കേരളത്തിന് പ്രധാനപ്പെട്ടതാണ്. ആസ്ത്രേലിയയിലെ ഒരുഡാമിൽ ശരാശരി 2100 എം എൽ ജലം ബാഷ്പീകരണം വഴി ഒരുവർഷത്തിൽ നഷ്ടപ്പെടുന്നതായിട്ടാണ് കണക്കാക്കപ്പെട്ടിരിക്കുന്നത്. അതുപോലെതന്നെ ക്ലാർ തടാകത്തിൽ 1600 എം എം നും 1800 എം എംനും ഇടയിൽ ജലം നഷ്ടപ്പെടുന്നു. അതുപോലെതന്നെ മഹാരാഷ്ട്രയിലെ ഏറ്റവും വലിയ ജലസംരക്ഷണ ഡാം ആയ ജുവൽവാഡി ഡാമിൽ (Jaual Wadi Dam) കഴിഞ്ഞ വർഷം 11.07 m^3 ജലം ഒരു വർഷത്തിൽ നഷ്ടമാകുന്നു. ഇസ്രായേൽ പുതിയ അണക്കെട്ടുകൾ നിർമ്മിക്കുന്നതിന് പകരം ഡാമുകളിൽ ജലവും അന്തരീക്ഷവും തമ്മിലുള്ള ബന്ധം തടയുന്നതിന് മാർഗ്ഗം സ്വീകരിച്ചാൽ ഒരുപുതിയ ഡാം ഉണ്ടാകുമ്പോഴുണ്ടാകുന്ന അതേ അളവിൽ ജലം ലാഭിക്കാൻ പറ്റും എന്ന് അദ്ദേഹം കാണിച്ചുകൊടുത്തത് ലോകത്തിന് തന്നെ ഒരു മാതൃകയാണ്. മോർഅക്വ (More Aqua) എന്ന ലായനി രൂപപ്പെടുത്തി ഡാമുകളിൽ അവ തളിച്ചാണ് അന്തരീക്ഷവും ജലവും തമ്മിലുള്ള ബന്ധം വേർപെടുത്തി ബാഷ്പീകരണം നിയന്ത്രിച്ചത്. പച്ചക്കറിയുടെ പാമോയിൽ മറ്റ് ജൈവ വസ്തുക്കളും ഉപയോഗിച്ചാണ് ഈയൊരു അൾട്രതിൻ ബ്ലാങ്കറ്റ് ഉണ്ടാക്കിയത്. 8 ലിറ്റർ മിക്സർ കൊണ്ട് ഒരു സ്ക്വയർ കിലോമീറ്ററോളം ബ്ലാങ്കറ്റ് ഉണ്ടാക്കി ജലബാഷ്പീകരണം തടയാൻ കഴിയും.

ബാഷ്പീകരണ നിരക്ക് പ്രധാനമായും ജലത്തിന്റെ ഉപരിതല ഏരിയയുടെ വ്യാപ്തിയെയും (Surface Area of Water) ജലത്തിന്റെ അളവിനെയും (Volume) ആശ്രയിച്ചാണ് നില്ക്കുന്നത്. ജലസേചനത്തിന് കൃഷിയിടത്തിലേക്ക് ജലം തുറന്നുവിടുമ്പോൾ ഉപരിതലവ്യാപ്തി വർദ്ധിക്കുകയും ജലത്തിന്റെ അളവ് കുറയുകയും ചെയ്യുന്നതിനാൽ ബാഷ്പീകരണം ത്വരിതഗതിയിലാവുന്നു. അതായത് ഡാമുകളിൽനിന്നും വയലുകളിൽ എത്തുമ്പോഴേക്കും ബാഷ്പീകരണം 10 മുതൽ 15 ഇരട്ടി വരെ വർദ്ധിക്കുകയും കൃഷിക്ക് ജലത്തിന്റെ ഗുണം കിട്ടാതാവുകയും ചെയ്യുന്നു എന്നുള്ള സത്യം മനസ്സിലാവുമ്പോഴാണ് ബാഷ്പീകരണത്തന്റെ ആഘാതവ്യാപ്തി നാം തിരിച്ചറിയുന്നത്. പരിഹാരമായി അനേകായിരം ന്യൂറോൺ പൈപ്പുകൾ വഴി ഡാമുകളിൽനിന്നും ജലം കൃഷി

യിടത്തേക്ക് എത്തിക്കുമ്പോൾ ജലവ്യാപ്തി കുറയുന്നതോടുകൂടി ബാഷ്പീകരണം കുറയുകയും ചെയ്യുന്നു. ചുരുക്കത്തിൽ കൃഷിയിടങ്ങളിൽ ജലസേചനം വ്യാപകമായി നടത്തുന്നതിന് പകരം മണ്ണിനടിയിലൂടെ ഉണ്ടാക്കിയിട്ടുള്ള ചെറിയ ന്യൂറോൺ പൈപ്പുകൾ വഴി ജലം കൃഷിയിടത്തിലേക്ക് എത്തിക്കുമ്പോൾ ബാഷ്പീകരണ നഷ്ടം കുറയ്ക്കാം.

നാം വീടുകളിൽനിന്നും ആവശ്യം കഴിഞ്ഞ് ഒഴിവാക്കുന്ന ജലം ഒരു പൈപ്പ് വഴി പ്രത്യേകം നിർമ്മിച്ച് കുഴികളിലേക്ക് തിരിച്ചുവിടുകയാണെങ്കിൽ ബാഷ്പീകരണ നഷ്ടം ഒഴിവാക്കാം. കൂടാതെ പ്രസ്തുത ജലം നമ്മുടെ കിണറുകളിലേക്കോ ജല അറകളിലേക്കോ റീ ചാർജ്ജ് ചെയ്യുക വഴി ജലവിതാന നിരക്ക് ഉയർത്താൻ കഴിയും. നാം കുളിക്കുന്നതും വസ്ത്രം അലക്കുന്നതുമായ ജലം ഭൂമിയുടെ ഉപരിതലത്തിൽ ചിതറിക്കിടക്കുന്നതിന് ഇടവരുത്തുകയാണെങ്കിൽ ബാഷ്പീകരണം വർദ്ധിച്ച് നമുക്ക് സ്ഥിരമായി ഈ ജലത്തെ നഷ്ടപ്പെടുത്തുന്നതിന് ഇടവരുത്തുന്നു. ഇതിന് പകരം ചെറിയ ജല കുഴികളിലേക്ക് ഇവതിരിച്ചുവിടുന്നത് ബാഷ്പീകരണം കുറയ്ക്കുന്നതിനും ആ ജലം ഭൂഗർഭ ജലഅറകളിലേക്ക് തിരിച്ചെത്തിക്കാൻ കഴിയുമ്പോൾ നമുക്ക് അവ വീണ്ടും ഉപയോഗിക്കാൻ കഴിയുന്നു. അപ്പോഴാണ് ജലം ഒരു പുനരുല്പാദന വിഭവമായി മാറുന്നത്. ബാഷ്പീകരണം വഴി അവ നഷ്ടപ്പെട്ടുപോവുകയാണെങ്കിൽ ജലം ഒരു റിനൂവെബിൾ വാട്ടറിന് പകരം നോൺ റിന്യൂവബിൾ വാട്ടറായി മാറുന്നു.

അധികം സൂര്യതാപമേല്ക്കാത്ത സ്ഥലങ്ങളിൽ ചെറിയ കലുങ്കുകളുണ്ടാക്കി അതുവഴി കിണർ റീചാർജ്ജിങ് സമ്പ്രദായം വികസിപ്പിച്ചെടുക്കുന്നത് ബാഷ്പീകരണത്തെ കുറയ്ക്കുക മാത്രമല്ല, ജലത്തെ ഒരു പുനരുല്പാദന സ്രോതസ്സായി വീണ്ടെടുക്കാനും കഴിയും. കേരളം നയങ്ങൾ രൂപീകരിക്കുമ്പോൾ ബാഷ്പീകരണ നഷ്ടത്തിന് പ്രാധാന്യം കൊടുത്ത് ദീർഘകാലാടിസ്ഥാനത്തിൽ ഒരു ആസൂത്രണ രേഖ ഉണ്ടാക്കിയാൽ മാത്രമേ ശാശ്വതമായ ഒരു പരിഹാരം നമുക്ക് കാണാൻ കഴിയൂ.

പരിസ്ഥിതിച്ചട്ടങ്ങളെ അട്ടിമറിക്കുന്ന ബി ജെ പി നയങ്ങളെ ചെറുക്കുക

ഭൂമിപൂജ ബി ജെ പിയുടെ അടിസ്ഥാന ആചാരാനുഷ്ഠാനങ്ങളിൽ ഒന്നാണ്. ഭൂമിയെയും പ്രകൃതിയെയും സംരക്ഷിക്കുക എന്ന ഭാരതീയ തത്ത്വചിന്തകളിൽനിന്നും ബി ജെ പി കടമെടുത്ത ഈ ആശയത്തിന് മോദി പിന്നീട് തുരങ്കം വെക്കുകയാണുണ്ടായത്. പാർലമെന്റ് മന്ദിരത്തിൽ കയറുന്നിനുമുമ്പെ ഭൂമിയെ തൊട്ടുവണങ്ങിയ മോദി തന്നെ പരിസ്ഥിതി വിരുദ്ധ നയങ്ങൾ നടപ്പാക്കിയത് ബി ജെ പിയിൽത്തന്നെ അങ്കലാപ്പുണ്ടാക്കിയിരിക്കുകയാണ്. ഇന്ത്യയുടെ പരിസ്ഥിതി സംരക്ഷണത്തിന്റെ അടിസ്ഥാന ശിലയായ 1986 ലെ വന(സംരക്ഷണ) നിയമത്തെ (Forest (Conservation)Act 1986), തന്നെ ഭേദഗതി ചെയ്താണ് തുടക്കം കുറിച്ചത്. കാടുകളിൽനിന്നും മരം മുറിക്കുകയോ, നശിപ്പിക്കുകയോ ചെയ്യുന്നതിന് മുമ്പ് അതിന്റെ അധിപന്മാരായ ട്രൈബൽ ഗ്രാമസഭകളുടെ മുൻകൂട്ടിയുള്ള അനുവാദം വേണമെന്ന് ഈ നിയമത്തിൽ എഴുതിവെച്ചിട്ടുണ്ട്. ഇതാണ് ആദ്യം മോദി അട്ടിമറിച്ചത്. സുന്ദർലാൽ ബഹുഗുണയുടെ കീഴിൽ ആരംഭിച്ച ചിപ്കോ പ്രസ്ഥാനത്തിലെ ആദിവാസികൾ ജീവൻ ബലിയർപ്പിച്ചാണ് മരങ്ങളെ സംരക്ഷിച്ചിരുന്നത്. വ്യവസായ ആവശ്യത്തിന് വേണ്ടി ട്രൈബൽ ഗ്രാമസഭകളുടെ അനുവാദമില്ലാതെ തന്നെ ഈ പ്രദേശങ്ങളിലെ വനങ്ങളെ വെട്ടിമാറ്റി വ്യവസായം തുടങ്ങുന്നതിന് ഉപയോഗിക്കാമെന്ന് നിയമത്തിൽ മാറ്റം വരുത്തിയതോടുകൂടി ബഹുഭൂരിപക്ഷം ആദിവാസി മേഖലകളിലെ മരങ്ങളും നശിപ്പിക്കപ്പെട്ടു. ഇതിനെതിരെ ആദിവാസികൾക്ക് എന്തെങ്കിലും പരാതിയുണ്ടെങ്കിൽ അവ ട്രൈബൽ ഗ്രാമസഭകൾക്ക് നല്കുന്നതിന് പകരം ജില്ലാ ഭരണസമിതികൾക്ക് നല്കുന്നതിനുള്ള നിയമം പാസായതോടുകൂടി ഗ്രാമസഭകൾ പേരിനുമാത്രമാവുകയും ആദിവാസികളുടെ വനാവകാശം നിഷേധിക്കുകയും ചെയ്തു. ഷെഡ്യൂൾ നാലിൽപ്പെട്ട പ്രദേശങ്ങളിലെ പ്രത്യേകിച്ചും

ആദിവാസികൾ തിങ്ങിത്താമസിക്കുന്ന സ്ഥലങ്ങളിലെ മരങ്ങൾ മുറിച്ചു മാറ്റുന്നതിന് ഗ്രാമസഭയുടെ അനുമതി ആവശ്യമാണെന്ന നിയമം കൊണ്ടു വന്നതോടുകൂടി ആദിവാസികൾ ഭൂരിപക്ഷമില്ലാത്ത സ്ഥലങ്ങളിൽ ഇഷ്ടാനുസരണം വനങ്ങൾ നശിപ്പിക്കുന്നതിനുള്ള അധികാരം സർക്കാരിന് കിട്ടി. പരിസ്ഥിതി സംരക്ഷണത്തേക്കാൾ വികസനത്തിന് മുൻതൂക്കം നല്കുന്ന ബി ജെ പി ഗവൺമെന്റ് പരിസ്ഥിതി നിയമങ്ങൾ ഓരോന്നായി മാറ്റി എഴുതി വനപ്രദേശത്തെ മുഴുവൻ വ്യവസായലോബികൾക്ക് വിട്ടുകൊടുക്കാൻ തുടങ്ങി. ഇതിനുവേണ്ടി 1981 ലെ (വായുമലിനീകരണ നിയന്ത്രണ) നിയമവും (Air prevention and control of pollution act 1981) 1984 ലെ ജലസംരക്ഷണ മലിനീകരണ നിയന്ത്രണ) നിയമവും (Water preservation and control of pollution act 1974) 1970 ലെ വനസംരക്ഷണ നിയമവും, 1984 ലെ പരിസ്ഥിതി സംരക്ഷണ നിയമവും ഭേദഗതി ചെയ്തതോടുകൂടി എല്ലാ പരിസ്ഥിതി നിയമങ്ങളും ലളിതവല്ക്കരിക്കുകയും വ്യവസായ ലോബികൾക്ക് അവ ഇഷ്ടാനുസരണം കൈവശം വെക്കാനുള്ള അധികാരം കിട്ടുകയും ചെയ്തു. ഏറ്റവും വേഗത്തിൽ വനങ്ങൾ കുറഞ്ഞുവരുന്ന രാഷ്ട്രങ്ങളുടെ കൂട്ടത്തിലേക്ക് ഇന്ത്യയും അതോടെ ചേർക്കപ്പെട്ടു. 333 ഏക്കർ സാധാരണ കാടുകൾ ദിനംപ്രതി ഇന്ത്യയിൽ നഷ്ടപ്പെട്ടുകൊണ്ടിരിക്കുന്നു. ബ്രസീലിനേക്കാളും, മലേഷ്യയേക്കാളും വേഗത്തിൽ വനങ്ങൾ കുറഞ്ഞുവരുന്ന രാജ്യങ്ങളിൽപ്പെട്ടു ഇന്ത്യ ഈ രണ്ടുവർഷത്തിനകം.

1986 ലെ വനസംരക്ഷണ നിയമം ഭേദഗതിക്കെതിരെ 'ട്രൈബൽ അഫയേർസ് മിനിസ്റ്ററി' പലതവണ പ്രതിഷേധം രേഖപ്പെടുത്തിയെങ്കിലും അവയൊന്നും വകവെക്കാതെ നിയമഭേദഗതിയുമായി മുന്നോട്ടു പോവുകയാണ് സർക്കാർ ചെയ്ത്. മാറിമാറി വരുന്ന ഗവൺമെന്റുകൾ സർക്കാർ വനഭൂമിയിൽ സ്വകാര്യവനവല്ക്കരണത്തിന് ശ്രമിച്ചെങ്കിലും ബി ജെ പി സർക്കാർ അധികാരത്തിൽ വന്നതോടുകൂടി വനസംരക്ഷണ നിയമം ഭേദഗതി ചെയ്ത് വനമേഖലയിൽ സ്വകാര്യവനവല്ക്കരണം നടപ്പാക്കി. വനഭൂമിയുടെ ഉല്പാദനക്ഷമത വർദ്ധിപ്പിക്കുകയും രാജ്യത്തെ മൊത്തം ആവശ്യത്തിനുവേണ്ടി കാടുകളെ ഉപയോഗപ്പെടുത്തുക എന്ന ലക്ഷ്യത്തോടുകൂടി ടി എസ് ആർ സുബ്രഹ്മണ്യൻ കമ്മിറ്റി ശുപാർശ ചെയ്ത നയങ്ങൾ അപ്പടി തന്നെ സർക്കാർ നടപ്പാക്കി. ഒരു പ്രോജക്ട് തുടങ്ങാൻ വേണ്ടി മരങ്ങൾ വെട്ടിമുറിക്കുന്നത്, ക്ലിയറൻസ് കിട്ടുന്നതുവരെ കോടതിയിൽ ചോദ്യം ചെയ്യാൻ പറ്റില്ലെന്ന് നിയമം പാസാക്കിയതോടുകൂടി പരിസ്ഥിതി പ്രവർത്തകർക്ക് ഭൂമി കൈയേറ്റത്തിന്റെ തുടക്കം മുതൽതന്നെ കോടതിയിൽ ചോദ്യം ചെയ്യാൻ പറ്റാത്ത അവസ്ഥയായി. തീരപ്രദേശങ്ങളിലെ മേഖലയെ സംരക്ഷിക്കുന്നതിനും അവിടെയുള്ള കണ്ടൽക്കാടുകളെയും തണ്ണീർത്തടങ്ങളെയും സംരക്ഷിക്കുന്നത് കോസ്റ്റൽ റെഗുലേഷൻ സോണിലെ നിയമമനുസരിച്ചാണ്. എന്നാൽ വൻകിട ഹോട്ടലുകളുടെയും റിസോർട്ടുകളുടെയും കാര്യത്തിൽ ഈ നിയമം ബാധകമല്ലായെന്ന് സർക്കാർ നിയമം കൊണ്ടുവന്നതോടുകൂടി

പരിസ്ഥിതി ലോല പ്രദേശങ്ങളിൽപ്പോലും ഹോട്ടലുകളും, റിസോർട്ടുകളും ആർക്കും സ്ഥാപിക്കാമെന്നുള്ള നിലയായി. ഭൂമി മുൻകൂട്ടി കൈവശമുണ്ടങ്കിൽ മാത്രമേ ഗ്രീൻ ക്ലിയറൻസ് കിട്ടൂ എന്നുള്ള ചട്ടവും സർക്കാർ എടുത്തുമാറ്റി. ഇതോടുകൂടി പുതിയ സ്ഥലങ്ങൾ കൈയേറി. അവയിൽ വ്യവസായം തുടങ്ങുന്നതിന് ഗ്രീൻ ക്ലിയറൻസിന് അപേക്ഷിക്കാവുന്ന അവസരവുമുണ്ടായി. ചെറുകിട ജലസേചന പദ്ധതികൾക്കു വേണ്ടി 2000 ഹെക്ടറിൽ കുറവുള്ള സ്ഥലങ്ങളിൽ സർക്കാരിന്റെ മുൻകൂട്ടിയുള്ള അനുമതി വേണ്ടെന്ന് നിയമം വന്നതോടുകൂടി തണ്ണീർത്തടങ്ങളെയും കണ്ടൽക്കാടുകളെയും തരംമാറ്റി കൃഷിഭൂമിയായി മാറ്റുകയും അവ പിന്നീട് വ്യവസായ ആവശ്യങ്ങൾക്കുവേണ്ടി ഉപയോഗപ്പെടുത്തുകയും ചെയ്തു. ബി ജെ പി ഗവൺമെന്റ് അധികാരത്തിൽ വന്നതിനുശേഷം 16 ശതമാനത്തോളം കണ്ടൽക്കാടുകൾ നശിപ്പിച്ചു. സർക്കാർ ഭൂമി കൈയേറ്റം നടത്തുന്നതിന് സ്വകാര്യ വ്യക്തികളെ സഹായിക്കുകയും ചെയ്തത് ഈ കാലത്താണ് കൂടുതൽ വ്യാപകമായത്. 15 മെഗാവാട്ട് 'ബയോമാസ്' വൈദ്യുതി ഉല്പാദിപ്പിക്കുന്നതിന് അനുവാദം കിട്ടുന്നതിന് വേണ്ടി ഏത് സ്ഥലവും, തണ്ണീർത്തടം പോലും കൈയേറ്റം എന്നുള്ള ഓട്ടോമാറ്റിക് റൂൾ സർക്കാർ കൊണ്ടുവന്നു. ഇതിന്റെ ഫലമായി ധാരാളം തണ്ണീർത്തടങ്ങളിൽ ചെറുകിട ജലസേചന പദ്ധതികൾക്കുവേണ്ടി അവ തരംതാഴ്ത്തി സാധാരണ ഭൂമികളാക്കിത്തീർത്തു.

ഒരു സംരംഭത്തിന്റെ പരിസ്ഥിതി ആഘാതം വിലയിരുത്തിയാണ് (Environment Impact Assessment - EIA) വ്യവസായങ്ങൾ തുടങ്ങുന്നതിന് സർക്കാർ അനുമതി നല്കാറ്. എന്നാൽ, മോദി സർക്കാർ ഈ നിയമത്തിൽ മാറ്റം വരുത്തി. സ്വകാര്യ വ്യക്തികൾ കോടതികളെ സമീപിച്ച് പരിസ്ഥിതി ആഘാത പഠനം നടത്തിയശേഷം മാത്രമേ വ്യവസായം തുടങ്ങാവൂ എന്നുള്ള വിധി പുറപ്പെടുവിച്ചതിനു ശേഷവും സർക്കാർ ഭൂമികളിൽപ്പോലും പരിസ്ഥിതി ആഘാത പഠനം നടത്താതെ വൻ വ്യവസായങ്ങൾ തുടങ്ങിയത് മോദിയുടെ കാലത്താണ്. ഇരുപതിനായിരം സ്ക്വയർമീറ്ററിൽ കൂടുതലും ഒരു ലക്ഷത്തിയമ്പതിനായിരം സ്ക്വയർ മീറ്ററിനുള്ളിലുള്ളതുമായ സ്ഥലങ്ങളിൽ വാണിജ്യ സ്ഥാപനങ്ങൾ തുടങ്ങുന്നതിനോ ഐ ടി പാർക്ക് സോഫ്റ്റ് വെയർ ഡെവലപ്മെന്റ് പ്രോജക്ട് എന്നിവയുടെ മാത്രം അസെസ്മെന്റ് നടത്തിയാൽ മതിയെന്ന് തീരുമാനിച്ചു. ചെറിയ സ്ഥാപനങ്ങളുടെ പ്രവർത്തനത്തിന് ആഘാതപഠനം നടത്തേണ്ട ആവശ്യമില്ലെന്നും നിയമം കൊണ്ടുവന്നു. കോടതി വിധിയെ മറികടക്കുന്നതിനു വേണ്ടി ഇ ഐ എ നിയമത്തിൽ സർക്കാർ പലതവണ മാറ്റങ്ങൾ വരുത്തി. മുകളിൽ സൂചിപ്പിച്ച പരിധിക്കുള്ളിലുള്ള വൻ വ്യവസായ സംരംഭങ്ങൾ ഇന്ത്യയിൽ വിരലിലെണ്ണാവുന്നതുമാത്രമേയുള്ളൂ. ഇ ഐ എ നിയമം ഭേദഗതിയോടുകൂടി പരിസ്ഥിതി ആഘാത സർട്ടിഫക്കറ്റ് കിട്ടാതെ തന്നെ ഏത് വ്യവസായത്തിനും ഇഷ്ടാനുസരണം ബിസിനസ് തുടങ്ങാം എന്നുള്ള നിലയിലേക്കായി. ഈ പുതിയ നിയമം ഉണ്ടാക്കുന്നതിന് പിന്നിൽ പ്രവർത്തിച്ചത് ബിസിനസ് മാഫിയയാണ്. നിലവി

ലുള്ള ഇ ഐ എയുടെ പോരായ്മകൾ പരിഹരിക്കുന്നതിന് പകരം പ്രകൃതിവിഭവങ്ങൾ ഇഷ്ടാനുസരണം ചൂഷണം ചെയ്യാനും അവയുടെ പരിസ്ഥിതി ആഘാതം തിട്ടപ്പെടുത്താതെയും വ്യവസായങ്ങൾ തുടങ്ങാമെന്ന നിലവരുത്തിയത് പരിസ്ഥിതി ആഘാതം വർദ്ധിപ്പിക്കുകയും ക്വാറി പോലെയുള്ള മേഖലകളിൽ പ്രകൃതിയെ ചൂഷണം ചെയ്യുന്നവരുടെ സൗകര്യങ്ങൾ വർദ്ധിപ്പിക്കുകയും ചെയ്തു. മൊത്തം 13 തവണ ഭേദഗതി ചെയ്തതിൽ 7 തവണയും ബി ജെ പി സർക്കാർ വന്ന ശേഷമാണ്. ഹിമാലയത്തിന്റെ ഉയർന്ന പ്രദേശം പരിസ്ഥിതി ലോലപ്രദേശമാണ്. ചൈനയുടെയും ഇന്ത്യയുടെയും അതിർത്തിരേഖയ്ക്ക് 100 മീറ്റർ ചുറ്റളവിൽ പ്രതിരോധശാലകൾ തുടങ്ങിയപ്പോൾ നഷ്ടപ്പെട്ടത് ഇന്ത്യയുടെ 8 ശതമാനത്തോളം മരങ്ങളും, മൂന്ന് ശതമാനത്തോളം കണ്ടൽക്കാടുകളുമാണ്.

'ലാന്റ് അക്വിസിഷൻ ആക്ടി'ൽ 19 ഓളം പരിഷ്കരണങ്ങൾ കൊണ്ടുവരാൻ സർക്കാർ ഉദ്ദേശിക്കുന്നു. മോദി സർക്കാർ ലാന്റ് അക്വിസിഷൻ ആക്ടിൽ ട്രൈബൽ ഗ്രാമസഭകളുടെ അനുവാദം (Consent) കിട്ടണമെന്ന നിബന്ധന എടുത്തുകളഞ്ഞു. സർക്കാർ പൊതു മേഖല, സ്വകാര്യമേഖല സ്ഥാപനങ്ങൾ ഒന്നിച്ചാണ് ഭൂമി കൈവശപ്പെടുത്തുന്നതെങ്കിൽ സാമൂഹ്യ ആഘാത പഠനം ആവശ്യമില്ലെന്ന നിയമവും കൊണ്ടുവന്നു. കൂടാതെ ചുരുങ്ങിയ ചെലവിൽ വീടുണ്ടാക്കുന്നതിനും പ്രതിരോധശാലകൾ സ്ഥാപിക്കുന്നതിനും ഈ സഭകളുടെ സമ്മതം വേണ്ടെന്ന് നിയമം കൊണ്ടുവരുന്നതിനെതിരെ സാമൂഹ്യ പ്രവർത്തകനായ അണ്ണ ഹസാരെ കനത്ത പ്രതിഷേധം രേഖപ്പെടുത്തിയിരുന്നു. ഏതെങ്കിലും സർക്കാർ ഉദ്യോഗസ്ഥൻ ഭൂമി കൈവശപ്പെടുത്താവുന്ന പ്രക്രിയയിൽ ഏതെങ്കിലും തെറ്റുകൾ ചെയ്താൽ അവരെ പ്രോസിക്യൂട്ട് ചെയ്യുന്നതിന് കേന്ദ്രസർക്കാരിന്റെ അനുമതി വേണമെന്നുള്ള കാടത്ത നിയമവും മോദി പാസാക്കി. സ്വകാര്യവ്യക്തികൾക്ക് കമ്പോളവിലയ്ക്ക് തുല്യമായി സർക്കാരിൽനിന്ന് വനഭൂമി വാങ്ങുന്നതിനുള്ള നിയമം ലളിതമാക്കി. ഇത്തരം ഭൂമികൾ കൈവശപ്പെടുത്തിയതിനുശേഷം നിശ്ചിത കാലയളവിനുള്ളിൽ വ്യവസായം തുടങ്ങണമെന്നുള്ള നിയമവും എടുത്തുകളഞ്ഞു. ഈ സ്വത്ത് ആർജ്ജിക്കാനുള്ള സമയവും പൂർണ്ണമായും എടുത്തുകളഞ്ഞു. വ്യവസായ ആവശ്യത്തിന് വേണ്ടി പിടിച്ചെടുത്തതും എന്നാൽ വ്യവസായമോ കൃഷിയോ തുടങ്ങാൻ പറ്റാത്ത സാഹചര്യത്തിൽ ഭൂമികൾ അതിന്റെ ഉടമസ്ഥന് തന്നെ തിരിച്ചു നല്കണമെന്ന വ്യവസ്ഥ ഒഴിവാക്കിയത് മോദി സർക്കാരാണ്.

ബി ജെ പി ഗവൺമെന്റിന്റെ പരിസ്ഥിതിരംഗത്തുള്ള പ്രധാന നേട്ടമായി അവകാശപ്പെടുന്നത്, പുതിയ വായു ഗുണനിലവാര സൂചിക (New air quality index) വിവിധ സ്ഥലങ്ങളിൽ സ്ഥാപിച്ചു എന്നുള്ളതാണ്. ഇന്ത്യയിലെ 1.2 ബില്യൺ ജനങ്ങളെ വായുമലിനീകരണം ബാധിച്ച് അവരെ രോഗികളാക്കുന്നു എന്നു മനസ്സിലാക്കിയതിന്റെ അടിസ്ഥാനത്തിലാണ് ഈ പുതിയ സൂചിക സർക്കാർ നടപ്പിലാക്കിയതെങ്കിലും ഉയർന്ന

വായുമലിനീകരണ നിരക്കുള്ള സ്ഥലങ്ങളിൽ അവയെ നിയന്ത്രിക്കുന്നതിന് ഒരു നിയമവും സർക്കാർ പാസാക്കിയില്ല. മാത്രമല്ല, വായു മലിനീകരണം വളരെ കൂടുതലുള്ള സ്ഥലങ്ങളിൽ ഇവ അളക്കുന്നതിനുള്ള സൂചിക സ്ഥാപിച്ചിട്ടുമില്ല. കോഴിക്കോട് ഏറ്റവും മലിനീകരണം അനുഭവപ്പെടുന്ന മാവൂർ റോഡിൽ ഗുണനിലവാര സൂചിക സ്ഥാപിക്കുന്നതിനു പകരം മലിനീകരണം കുറഞ്ഞ മീഞ്ചന്തയിലാണ് അവ സ്ഥാപിച്ചത്. മാത്രമല്ല, ജീവനുതന്നെ ഭീഷണിക്ക് കാരണമാവുന്ന വാഹനങ്ങളിൽനിന്ന് പുറന്തള്ളപ്പെടുന്ന കാർബൺഡൈഡയോക്സൈഡിന്റെ അളവ് തിട്ടപ്പെടുത്തുന്നതിനുള്ള സംവിധാനം കേരളത്തിലെ ഒരു എയർ ക്വാളിറ്റി ഇൻഡക്സിനും ഇല്ല. പരിസ്ഥിതി പ്രവർത്തകയായ വന്ദന ശിവ പറയുന്നത് നോക്കുക. “കേവലം വായുവിന്റെ ഗുണനിലവാരം അളന്നുകൊണ്ട് മാത്രം വായുമലിനീകരണം കുറയ്ക്കാൻ കഴിയില്ല. വായുമലിനീകരണം കുറയ്ക്കുന്നതിന് അവ അമിതമായി ഉല്പാദിപ്പിക്കുന്ന വ്യവസായങ്ങൾക്ക് കർശനമായ നിയന്ത്രണവും ലൈസൻസ് റദ്ദാക്കുന്നതിനുള്ള നിയമവും നടപ്പാക്കുകയാണ് വേണ്ടത്. ലോകത്തിലെ പ്രധാന മലിന നഗരങ്ങളിൽ 50 ശതമാനം ഇന്ത്യയിലായത് തുടർച്ചയായി ഗവൺമെന്റ് പരിസ്ഥിതിയെ അവഗണിച്ചതുകൊണ്ടാണ് എന്നത് ഈ അടുത്ത് സംഭവിച്ച പ്രതിഭാസമാണ്. ഇന്ത്യയിലെതന്നെ 10 കഠിന വായുമലിനീകരണമുള്ള സ്ഥലങ്ങളായ ഡൽഹി, കാൺപൂർ, ആഗ്ര, ലഖ്നൗ, വാരണസി, ഫാരിദാബാദ്, അഹമ്മദാബാദ്, ചെന്നൈ, ബാംഗ്ലൂർ, ഹൈദരാബാദ് തുടങ്ങിയ സ്ഥലങ്ങളിൽ വായുമലിനീകരണ രോഗങ്ങൾ ഇരട്ടിയാവുകയല്ലാതെ ഈ പുതിയ സൂചിക വന്നതുവഴി അതിന് ഒരു നിയന്ത്രണം കൊണ്ടുവരാൻ കഴിഞ്ഞില്ല. മോദി സർക്കാർ അധികാരമേറ്റതിനു ശേഷമാണ് ലോകത്തിൽ ഏറ്റവും മലിനീകരിച്ച വായുമലിനീകരണം ഉള്ള സ്ഥലങ്ങളിൽ 13 എണ്ണം ഇന്ത്യയിലായത്. അതിലല്പമെങ്കിലും മാറ്റം കൊണ്ടുവന്നത് ഡൽഹി സർക്കാരാണ്. 2002-2007 കാലഘട്ടത്തിൽ സുപ്രീംകോടതിയുടെ പുതിയ റൂളിങ് അനുസരിച്ച് വായുമലിനീകരണ നിരക്ക് 16 ആയി കുറയ്ക്കേണ്ടിയിരുന്നു. ഈ റൂളിങ്ങാണ് ഡൽഹി സർക്കാർ നടപ്പാക്കി ലോക അംഗീകാരം കൈപ്പറ്റിയത്. പൊതുഗതാഗതം ഡീസലിനു പകരം നാച്ചുറൽ ഗ്യാസിലേക്ക് മാറ്റിയത് വായുമലിനീകരണനിരക്ക് കുറയ്ക്കുന്നതിന് സഹായിച്ചെങ്കിലും നരേന്ദ്ര മോദി സർക്കാർ അമിതമായി വാഹന ലൈസൻസ് നല്കിയതോടുകൂടി സി എൻ ജിയിലേക്ക് മാറിയതിന്റെ ഫലം ഇല്ലാതായി. ഒരുദിവസത്തിൽ 1400 ഓളം പുതിയ വാഹനങ്ങൾ റോഡുകളിൽ ഇറങ്ങാൻ തുടങ്ങിയത്. മോദി സർക്കാരിന്റെ വാഹന ലോബികളോടുള്ള മൃദുല സമീപനത്തിന്റെ ഫലമായാണ്. ഡീസൽ കമ്പനികൾക്ക് വില്പന വർദ്ധിക്കുവാൻ വാഹനങ്ങളുടെ എണ്ണം വർദ്ധിപ്പിക്കുന്ന നയമാണ് മോദി സർക്കാർ ഡൽഹിയിലും മറ്റും നടപ്പാക്കുന്നത്. അതുകൊണ്ടുതന്നെ ഡൽഹി ഗവൺമെന്റ് നടപ്പാക്കിയിട്ടുള്ള സി എൻ ജി വാഹനങ്ങളുടെ മെച്ചം കിട്ടാതെയായി.

സമൂഹത്തിലെ ഇടത്തരക്കാരും പാർശ്വവല്ക്കരിക്കപ്പെട്ട ജനങ്ങളു

ടെയും ആരോഗ്യമാണ് വായുമലിനീകരണം കൊണ്ട് അപകടത്തിലായത്. 2014 ൽ 43 ശതമാനം സ്കൂൾ കുട്ടികളിലും 40 ശതമാനം റസിഡന്റ് സ്കൂളിലും ശ്വാസകോശ അസുഖങ്ങൾ കണ്ടുതുടങ്ങി. ദേശീയ സുരക്ഷാ നിലവാരത്തിലേക്ക് വായുമലിനീകരണത്തിനെ കൊണ്ടുവരികയാണെങ്കിൽ 660 മില്യൺ ജനങ്ങളുടെ ശരാശരി ആയുർദൈർഘ്യം 3.6 വർഷം വർദ്ധിപ്പിക്കാൻ കഴിയും എന്നാണ് കണക്കാക്കപ്പെട്ടിട്ടുള്ളത്. 2013-14 കാലഘട്ടത്തിൽ 560 മില്യൺ ജനങ്ങൾക്കായിരുന്നു വായുമലിനീകരണ സംബന്ധ രോഗങ്ങളുണ്ടായിരുന്നതെങ്കിൽ 2014-15 കാലഘട്ടത്തിൽ അവ 660 മില്യൺ ആയി വർദ്ധിച്ചത് സർക്കാരിന്റെ തെറ്റായ മലിനീകരണ നിയന്ത്രണ നയം കൊണ്ടാണ്. അതായത് നമ്മുടെയെല്ലാം ശരാശരി ആയുസ്സ് 3.6 വർഷം കണ്ട് കുറച്ചത് ഈ സർക്കാരിന്റെ മലിനീകരണനിയന്ത്രണ രംഗത്തെ വീഴ്ചയാണെന്ന് പറയാൻ കഴിയും. ഉദാരവല്ക്കരണ നയം ജനങ്ങളുടെ ആരോഗ്യത്തെ നഷ്ടപ്പെടുത്തുന്നതിന് ഏറ്റവും എടുത്തുപറയുന്ന ഉദാഹരണമാണ് വാഹന കേന്ദ്രീകരണം വഴി ഡൽഹിയിൽ നഷ്ടപ്പെട്ടുകൊണ്ടിരിക്കുന്ന ആരോഗ്യ ദൈർഘ്യം. വിദേശരാജ്യങ്ങളിൽ നടപ്പാക്കിയതുപോലെ സീറോ എമിഷൻ വെഹിക്കിളേ (ഗ്രീൻ വെഹിക്കിൾ) ഉപയോഗിക്കാവൂ എന്ന് നിയമം കൊണ്ടുവരുകയാണെങ്കിൽ വൻകിട വ്യവസായങ്ങൾക്ക് ചെലവ് വർദ്ധിക്കുമെങ്കിലും വായുമലിനീകരണനിരക്ക് വളരെ കുറയ്ക്കാൻ കഴിയും. എന്നാൽ ഇതു ചെയ്യുന്നില്ല. പ്രധാന കാരണം ഡീസൽ കമ്പനികളുമായിട്ടുള്ള സർക്കാരിന്റെ അവിഹിത കൂട്ടുകെട്ടാണ്. ലോകത്തിലെ എല്ലാ രാജ്യങ്ങളിലും ഡീസലിന്റെ ഉപഭോഗം കുറഞ്ഞാണ് വരുന്നതെങ്കിൽ ഇന്ത്യയിൽ അവ കൂടി വരുന്നത് ഈ നഷ്ടം നികത്തുന്നതിന് അവരെ സഹായിക്കും. പെട്രോൾ, ഡീസൽ കമ്പനിക്കാർക്ക് ഗ്രീൻ വെഹിക്കിൾ വരുന്നതോടുകൂടി വരുന്ന നഷ്ടം ഭീമമായിരിക്കും. ഡീസൽ കമ്പനികളുമായിട്ടുള്ള അവിഹിത കൂട്ടുകെട്ട് സർക്കാരിനെ ഈയൊരു വാഹനനയം നടപ്പാക്കുന്നതിന് പിന്തിരിപ്പിക്കുന്നു. അതുകൊണ്ടുതന്നെയാണ് വിദേശരാജ്യങ്ങളിൽ കറങ്ങുന്ന മോദി ഇടയ്ക്കിടയ്ക്ക് വന്ന് പെട്രോൾഡീസൽ വില വർദ്ധിപ്പിച്ച് വീണ്ടും വിദേശ സന്ദർശനത്തിന് തിരിച്ചുപോകുന്നത്. വായു മലിനീകരണം നിയന്ത്രിക്കുന്നതിന് ജീവിതശൈലി മാറ്റുക എന്ന അസാദ്ധ്യ രീതിയാണ് മോദി സർക്കാർ കൈക്കൊണ്ടത്. ഇന്ത്യയെ വേദിക് കാലഘട്ടത്തിലേക്ക് കൊണ്ടുവരിക എന്നുള്ളതാണ് മോദി ഉദ്ദേശിക്കുന്നത്.

ആഗോള ഉച്ചകോടിയിൽ കഴിഞ്ഞ ഏപ്രിൽ 22 ന് ഇന്ത്യ ഒപ്പുവച്ചപ്പോൾ ലോകരാഷ്ട്രങ്ങളുടെ കൂടെ കാർബൺ വിസർജ്ജനം നിയന്ത്രിക്കാൻ ഇന്ത്യ ബാദ്ധ്യസ്ഥമായി. എന്നാൽ ഒപ്പുവെച്ചതിനുശേഷം സർക്കാർ തിരികെ വന്നു. ഈ നയം നടപ്പാക്കുന്നതിന് കൂടുതൽ സമയം വേണമെന്ന് ആവശ്യപ്പെട്ടു. മലിനീകരണം നിയന്ത്രിക്കുന്ന രീതി ഓരോ വർഷത്തിലും നടപ്പാക്കേണ്ട വിധം എൻ ഡി സിക്ക് സർക്കാർ നല്കേണ്ടതുണ്ട്. ഇതിൽനിന്ന് പിന്മാറുന്നതിനു വേണ്ടിയാണ് മോദി കൂടുതൽ സമയം ആവശ്യപ്പെട്ടത്. കരാർ ഒപ്പിട്ടുകഴിഞ്ഞ ശേഷം ഇന്ത്യയുടെ പരി

സ്ഥിതി മന്ത്രി പറയുന്നത് രസകരമായ ഒരു കാര്യമാണ്. ഇത് ധൃതിപിടിച്ച് നടപ്പാക്കേണ്ട ഒന്നല്ലെന്ന്. ഉച്ചകോടിയിൽ ഒന്നും ഇന്ത്യയിൽ വന്ന് മറ്റൊന്നും പറയുന്ന മോദി സർക്കാരിന്റെ പരിസ്ഥിതിയോടുള്ള ആത്മാർത്ഥത നമുക്ക് മനസ്സിലാവും.

പരിസ്ഥിതി പ്രവർത്തകർക്ക് ഒരു ആശ്വാസമായി പ്രവർത്തിക്കുന്ന സർക്കാരിന്റെ ഒരു പരിസ്ഥിതി നിയമകോടതിയാണ് നാഷണൽ ഗ്രീൻ ട്രൈബ്യൂണൽ. ബി ജെ പി സർക്കാർ അധികാരത്തിൽ വന്ന ശേഷം ട്രൈബ്യൂണലിന്റെ പ്രാധാന്യത്തെ കുറച്ച് ഇതിനെ വെറുമൊരു ജുഡീഷ്യൽ ട്രൈബ്യൂണലാക്കി മാറ്റാനുള്ള നടപടി പരിസ്ഥിതിയോടു ചെയ്യുന്ന ഏറ്റവും വലിയ ദ്രോഹമാണ്. ഗ്രീൻ ട്രൈബ്യൂണലിൽ പരിസ്ഥിതി പ്രശ്നങ്ങൾ ശാസ്ത്രീയമായി വിലയിരുത്തുന്നതിനുശേഷമാണ് വിധി പുറപ്പെടുവിക്കുന്നത്. വളരെ കാലത്തിനുശേഷം പരിസ്ഥിതി പ്രശ്നങ്ങളെ അവലോകനം ചെയ്ത് പുറപ്പെടുവിക്കുന്ന ഈ വിധി സുപ്രീം കോടതിയിൽ ചോദ്യം ചെയ്യാം എന്നുള്ള അവസ്ഥ വന്നതോടുകൂടി ഗ്രീൻ ട്രൈബ്യൂണൽ ഒരു കടലാസ് കോടതിയായി മാറി. ഇതിനെ സ്വതന്ത്രപദവി നല്കുന്നതിന് പകരം സർക്കാരിന്റെ ചട്ടുകമാക്കി പ്രവർത്തിക്കാനാണ് ബി ജെ പി ഗവൺമെന്റ് പുതിയ നിയമം മാറ്റുന്നത്. കേന്ദ്ര പരിസ്ഥിതി മന്ത്രി ഈ വിഷയത്തെ ന്യായീകരിച്ച് നിയമം മാറിക്കൊണ്ടിരിക്കുന്നു എന്നു പറഞ്ഞാണ്. ഇന്ത്യയിൽ പലഭാഗങ്ങളിലുമുള്ള ക്വാറികളുടെ ജനദ്രോഹപ്രവർത്തനങ്ങൾക്കെതിരെ പ്രാദേശിക വാസികൾ അവരുടെ താലിമാല പോലും പണയം വെച്ചാണ് ഗ്രീൻ ട്രൈബ്യൂണലിൽ കേസ് കൊടുത്ത് അനുകൂലമായി വിധി സമ്പാദിക്കുന്നത്. എന്നാൽ, സുപ്രീം കോടതിയിൽ ഒരു ദിവസം കൊണ്ട് ഈ വിധിയെ റദ്ദാക്കുന്ന നിയമം സർക്കാർ കൊണ്ടുവന്നതോടുകൂടി പ്രാദേശിക പരിസ്ഥിതി പ്രവർത്തകർക്കും അതിന്റെ ദുരന്തഫലമനുഭവിക്കുന്ന സാധാരണക്കാർക്കും അത്താണി നഷ്ടപ്പെടുകയാണ് ചെയ്തത്. പുതിയ വാഹന നിയമം കേരളത്തിൽ നടപ്പാക്കണമെന്ന് ഗ്രീൻ ട്രൈബ്യൂണലിന്റെ വിധിയുണ്ടായപ്പോൾ അവ സുപ്രീംകോടതിയിൽ പോയി ഒരു ദിവസം കൊണ്ട് റദ്ദാക്കിയ ചരിത്രവും കേരളം മറന്നിട്ടില്ല. പരിസ്ഥിതി പ്രവർത്തകന് ദോഷകരമായി നില്ക്കുന്ന ഇതുപോലെയൊരു ഗവൺമെന്റ് ചരിത്രത്തിലുണ്ടായിട്ടില്ല. മണൽ മാഫിയകളും ഖനനമാഫിയകളും, ജില്ലാ ഭരണകൂട മേധാവികളെപ്പോലും വെടിവെച്ചുകൊന്നിട്ടുപോലും അവയെ ചോദ്യം ചെയ്യാൻ കേന്ദ്രത്തിൽ ഒരു നിയമവും ഇല്ല. പരിസ്ഥിതി പ്രവർത്തകന്റെ ജീവൻ അപകടത്തിലാണ്. ഏത് സമയവും അവൻ ആക്രമിക്കപ്പെടാം. കേന്ദ്രസർക്കാരിന്റെ പരിസ്ഥിതി വിരുദ്ധ നയത്തെ എതിർക്കുന്ന ഗ്രാമീണ പരിസ്ഥിതി പ്രവർത്തകന് ബി ജെ പി ഗവൺമെന്റ് വലിയൊരു ശാപമാണ്. പരിസ്ഥിതി പ്രവർത്തനത്തെ മാനിക്കുന്ന നിലവിലുള്ള നിയമങ്ങളെ സംരക്ഷിക്കുന്ന ഗവൺമെന്റിന് മാത്രമേ ഇന്ത്യയുടെ പരിസ്ഥിതിയെ സംരക്ഷിക്കാൻ പറ്റൂ.

ഓസോൺ പാളി -
ഭൂമിയുടെ രക്ഷിതാവ്

ഇന്ന് അന്താരാഷ്ട്ര ഓസോൺ ദിനം. അതിര് കാക്കുന്ന പട്ടാളക്കാരെപ്പോലെ നമ്മുടെ ഭൂമിയിലെ സകല ജീവജാലങ്ങൾക്കും സംരക്ഷണം നല്കുന്ന ഓസോൺ പാളിയെ ഓർക്കാനൊരു ദിനം. വ്യവസായ ശാലകളിൽനിന്നും പുറന്തള്ളുന്ന വിഷലിപ്തവാതകങ്ങളായ കാർബൺ ഡൈ ഓക്സൈഡ്, കാർബൺ മോണോക്സൈഡ്, ടെക്ട്രാക്ലോറോ കാർബൺ തുടങ്ങി മനുഷ്യന്റെ നിലനില്പിന് ഭീഷണിയുണ്ടാക്കുന്ന വാതകങ്ങളാണ് ഓസോൺ നാശത്തിന് കാരണമായിത്തീരുന്നത്. ഈ വാതകങ്ങളുടെ ഉല്പാദനവും അതുയർത്തുന്ന പരിസ്ഥിതി പ്രത്യാഘാതത്തെയും തടയുന്നതിനുവേണ്ടി ലോകത്തിലെ 24 രാജ്യങ്ങൾ 1987 ൽ സമ്മേളിച്ചുവെങ്കിലും 1994 സെപ്തംബർ 14 ന് മോൺട്രിയോ പെട്രോക്കോളിലെ സമ്മേളനത്തിലാണ് ഒരു കരാറായി മാറിയത്. ഭാവിയിൽ ക്ലോറോ ഫ്ളൂറോ കാർബണടക്കമുള്ള വാതകങ്ങൾ കുറയ്ക്കുന്നതിന് പരസ്പരം കരാറുകളുണ്ടാക്കുകയും ചെയ്തു. ഈ ദിനത്തിന്റെ ഓർമ്മയ്ക്കായി എല്ലാ വർഷവും സെപ്തംബർ 16-ാം തീയതി അന്താരാഷ്ട്ര ഓസോൺദിനമായി നാം ആചരിക്കാൻ തീരുമാനമെടുക്കുകയും ചെയ്തെങ്കിലും ഈ ദിവസത്തിന്റെ പ്രാധാന്യത്തെപ്പറ്റി സാധാരണക്കാർക്ക് അറിയുന്നില്ല എന്നതാണ് വാസ്തവം. ഉന്നതതലത്തിൽ നടക്കുന്ന ചർച്ചകളിലും, ക്ലാസുകളിലും മാത്രമായി ഒതുങ്ങി നില്ക്കാതെ ദൈനംദിന പ്രശ്നങ്ങളെയും ചർച്ച ചെയ്യുന്നു എന്ന് സാധാരണക്കാർ മനസ്സിലാക്കേണ്ടതുണ്ട്. പ്രസ്തുത ദിനത്തിൽ എല്ലാ രാജ്യങ്ങളും മോൺട്രിയോളിൽ ഒത്തുചേരുകയും ഓസോൺ നാശത്തിനു പരിഹാരം ആരായുകയും ചെയ്യുന്നുണ്ടെങ്കിലും, ചെറുകിട രാജ്യങ്ങളിൽ ഈ പ്രശ്നത്തിന്റെ ഗുരുതരാവസ്ഥ ബോദ്ധ്യപ്പെടുത്തുന്നതിന് നാം പരാജയപ്പെട്ടു എന്ന് സമ്മതിക്കേണ്ടിവരും.

അറിയാതെ പോകരുത് ഈ സത്യം

അടുത്ത കാലത്തായി നമ്മളിൽ തന്നെ വിമ്മിട്ടമുണ്ടാക്കുന്ന ഒരു തരത്തിലുള്ള പ്രത്യേകം അന്തരീക്ഷ ഊഷ്മാവ് ഉണ്ടാകുന്നതായി എല്ലാവരുടെയും ശ്രദ്ധയിൽപ്പെട്ടിട്ടുണ്ട്. പെട്ടെന്നുണ്ടാകുന്ന മഴ അത് കഴിഞ്ഞാൽ ഉടനടി ഉണ്ടാകുന്ന വെയിൽ. ശക്തിയായി പെയ്യുന്ന മഴത്തുള്ളികൾ. നീണ്ടുനില്ക്കാത്ത കനത്ത മഴ. വർദ്ധിച്ചു വരുന്ന പ്രകൃതിക്ഷോഭം തുടങ്ങിയവ ഓസോൺ പാളികളിലുണ്ടായ ചോർച്ചയുടെ ഫലമാണെന്ന് ഭൂരിപക്ഷം ആളുകൾക്കും മനസ്സിലായിട്ടില്ല. സൂര്യന്റെ രശ്മികൾ ഇത്രയേറെ അപകടകരമായ ഒരു കാലഘട്ടമുണ്ടായിട്ടില്ല. 290NM വരെ കുറവുള്ള അൾട്രാവയലറ്റ് കിരണങ്ങളെ പൂർണ്ണമായും വലിച്ചെടുക്കുന്ന ഓസോൺ പാളി നഷ്ടപ്പെടുന്നത് ഈ പരിസ്ഥിതി വ്യതിയാനത്തിന് കാരണമായിട്ടുണ്ട്. തൊലിയുടെ ഊഷ്മാവ് പെട്ടെന്ന് താഴുന്നതുകൊണ്ട് വലിയ അപകടമില്ലെങ്കിലും, അന്തരീക്ഷത്തിലെ അമിത ഊർജ്ജം ഹാർട്ടിനെ ബാധിക്കുന്നത് 15 മുതൽ 20 മിനിറ്റ് വരെ സമയത്തിന് ശേഷമാണ്. സൂര്യതാപം ഏറ്റുമരിക്കുന്നവരുടെ എണ്ണം കൂടുകയും, ഹൃദയത്തിന്റെ വാൽവ് ചുരുങ്ങി കുഴഞ്ഞുവീഴുന്നവരുടെ എണ്ണം കൂടുന്നതും, പാളിയിലുണ്ടായിട്ടുള്ള വിടവിന്റെ ഫലമായി ഭൂമിയിൽ പതിക്കുന്ന ഓസോൺ അൾട്രാവയലറ്റ് കിരണങ്ങളാണ്. സ്കൂളിൽ കുട്ടികൾ അസംബ്ലിയിൽ നില്ക്കുമ്പോൾ കുഴഞ്ഞുവീഴുന്നവരുടെ എണ്ണം അടുത്ത കാലത്തായി കൂടി വരുന്നുണ്ട്. സൂര്യനിൽ നിന്നുവരുന്ന അൾട്രാവയലറ്റ് രശ്മികൾ കുട്ടികളിൽ പ്രഷറിൽ മാറ്റമുണ്ടാക്കുകയും ചെറിയ വെയിൽപോലും കൊള്ളാനാവാതെ കുഴഞ്ഞുവീഴുകയും ചെയ്യുന്നത് ഓസോൺ കണങ്ങളിലുണ്ടായ പരിസ്ഥിതി പ്രത്യാഘാതം കൊണ്ടാണെന്ന് ആരും മനസ്സിലാക്കിയിട്ടുണ്ടാകില്ല. വർദ്ധിച്ചുവരുന്ന അമ്ലമഴയും ആരോഗ്യപ്രശ്നങ്ങളും, ക്യാൻസറുകളും, ഹാർട്ട് അറ്റാക്കും, അന്തരീക്ഷത്തിൽ വന്നിട്ടുള്ള മാറ്റത്തിന്റെ ഫലമാണെന്ന് പഠനത്തിൽ തെളിയിക്കപ്പെട്ടിട്ടുണ്ടെങ്കിലും സാധാരണക്കാരായ ആളുകൾ ഇവ മനസ്സിലാക്കാതെ പോകുന്നുണ്ട് എന്ന് ഓർക്കാനുള്ള ഒരു ദിനമാണ് ഓസോൺ ദിനം

ചെറുതിന്റെ വലിപ്പം

അന്തരീക്ഷപാളിയായ സ്ട്രാറ്റോസ്ഫിയറിലാണ് 90% ഓസോൺ വാതകവും കാണുന്നത്. മറ്റു വാതകങ്ങളുമായി താരതമ്യം ചെയ്യുമ്പോൾ ഒരു ശതമാനത്തിൽ കുറവ് മാത്രമുള്ള ഈയൊരു വാതകം ഭൂമിയിലുള്ള എല്ലാതരം ജീവികൾക്കും സംരക്ഷണം നല്കുന്ന ഒരുഹരിതകുടയാണ്. ഓക്സിജന്റെ മൂന്നു തന്മാത്രകൾ മാത്രമുള്ള ഈ വാതകം, അന്തരീക്ഷ വാതകത്തിന്റെ മില്യന്റെ 0.6 പാർട്ട് മാത്രമാണെങ്കിലും, ഭൂമിയിലുള്ള സകല ജീവജാലങ്ങളെയും ഒരുകുട ഉയർത്തി സംരക്ഷിക്കുന്നതുപോലെ സൂര്യനിൽ നിന്നുവരുന്ന മാരക വാതകങ്ങളായ അൾട്രാവയലറ്റ് കിരണത്തിൽനിന്നും രക്ഷിക്കുന്നു. ഇവ ഭൗമാന്തരീക്ഷത്തിന്റെ 9 മുതൽ 22

മയിൽ (15 മുതൽ 35 കിലോമീറ്റർ) മുകളിലുള്ള അന്തരീക്ഷത്തിന്റെ മറ്റൊരു പാളിയായ സ്ട്രാറ്റോസ്ഫിയറിൽ തങ്ങി നില്ക്കുന്നത് ഭൂമിയുടെ രക്ഷയ്ക്കായാണ്. സൂര്യകിരണം പുറത്തുവിടുന്ന മാരകമായ അൾട്രാ വയലറ്റ് രശ്മികൾ 97 മുതൽ 99 ശതമാനം വരെ വലിച്ചെടുക്കാനുള്ള കഴിവ് ഈ പാളിക്കുണ്ട്. ഓസോണിന്റെ ഓരോ സ്ഥലത്തെയും സാന്നിദ്ധ്യം കാറ്റിന്റെ ഒഴുക്കനുസരിച്ചാണ് നിർണ്ണയിക്കപ്പെടുന്നത്. ഭൂമിയുടെ തൊട്ടടുത്തുള്ള പാളിയായ ട്രോപ്പോസ്ഫിയറിൽ 10% മാത്രമേ ഓസോൺ കാണുന്നുള്ളൂ എന്നത് ഭൂമിക്ക് അനുഗ്രഹമാണ്. കാരണം ഓക്സിജന്റെ അളവ് കുറയാതെ നിലനിർത്തേണ്ടത് ഭൂമിയുടെ ജീവന്റെ നിലനില്പിന് അത്യാവശ്യമാണ്. അന്റാർട്ടിക് തീരത്തുള്ള ആസ്ട്രേലിയ പോലുള്ള രാജ്യങ്ങളിൽ ഓസോണിന്റെ അളവ് കൂടുതൽ കാണുമെങ്കിലും ഓസോണിനെ നശിപ്പിക്കുന്ന വാതകങ്ങളുടെ സാന്നിദ്ധ്യം രാജ്യത്തിലേക്ക് കൂടുതൽ അൾട്രാവയലറ്റ് കിരണങ്ങൾ വരുന്നതിനും ക്യാൻസർ പോലുള്ള രോഗങ്ങൾ വർദ്ധിക്കുന്നതിനും ഇടയാക്കുന്നു. പ്രഭാത സൂര്യനിൽനിന്ന് ലഭിക്കുന്ന ചൂടിൽനിന്ന് വിറ്റാമിൻ ഡി കൂടുതലായി ലഭിക്കുന്നുണ്ടെങ്കിലും ഓസോൺ വാതകത്തിന്റെ ചോർച്ച വഴിയുണ്ടാകുന്ന അൾട്രാവയലറ്റ് കിരണം ശരീരത്തിന് കൂടുതൽ ദോഷമാകുന്നുണ്ട് എന്ന സത്യം നാം മനസ്സിലാക്കേണ്ടതുണ്ട്.

1975 ൽ ഫ്രഞ്ച് ഊർജ്ജതന്ത്രജ്ഞൻ ചാൾസ് ബെറി ഡസൺ കണക്കിന് ഓസോണിനെ നശിപ്പിക്കുന്ന വാതകങ്ങൾ അന്തരീക്ഷത്തിൽ വർദ്ധിച്ചുവരുന്നതായി കണ്ടെത്തുകയും ഇതിന്റെ പ്രവർത്തനത്തെ നിരീക്ഷിക്കുന്ന നിരവധി പരീക്ഷണങ്ങൾ നടത്തുകയും ചെയ്തു. ഭീമമായ തോതിൽ വർദ്ധിച്ചുവരുന്ന ക്ലോറോ ഫ്ളൂറോ കാർബണാണ് ഓസോണിനെ നശിപ്പിക്കുന്നതെന്നും അത് തടയേണ്ടത് വൻകിട വ്യവസായ രാജ്യങ്ങളാണെന്നും അദ്ദേഹം കണ്ടെത്തി. വ്യവസായ രാജ്യങ്ങൾക്ക് പ്രത്യേകിച്ച് ചൈന, അമേരിക്ക തുടങ്ങിയ വൻതോതിൽ മാലിന്യം വിസർജ്ജിക്കുന്ന രാഷ്ട്രങ്ങൾക്ക് ഒരു മുന്നറിയിപ്പു കൂടിയായി ഈയൊരു പഠനം ഇദ്ദേഹം ഗ്രീൻലാന്റിന്റെ മഞ്ഞുകളിൽ കുടുങ്ങിക്കിടക്കുന്ന കുമിളകളെയും നമ്മുടെ സാധാരണ വായുകുമിളകളെയും പഠിക്കുകയും അതിന്റെ വ്യത്യാസം കണ്ടെത്തുകയും ചെയ്തു. അന്റാർട്ടിക്കയിൽനിന്ന് പുതുതായി കണ്ടെത്തിയ ഈ വാതകം വരുന്നത് വൻകിട വ്യവസായ ശാലകൾ പുറന്തള്ളുന്ന വിഷലിപ്ത വാതകങ്ങളായ ക്ലോറോ ഫ്ളൂറോ കാർബൺ ടെട്രോക്സൈഡ് തുടങ്ങിയവയാണ്.

മാലിന്യവായു സഞ്ചരിക്കുന്നതെങ്ങനെ?

ക്ലോറോ ഫ്ളൂറോ കാർബൺ (സി എഫ് സി) പോലെയുള്ള ഓസോൺ നശീകരണ വാതകം കൂടുതൽ അന്റാർട്ടിക്കയിൽ കണ്ടെത്തിയത് പല ചോദ്യങ്ങൾക്കും കാരണമായി. ഈ മാലിന്യം എവിടെ നിന്നുവരുന്നു. ഒരു കാരണവശാലും മലിനീകരണം നടത്താത്ത അന്റാർട്ടി

ക്കയിൽ എന്തുകൊണ്ട് ഇത്തരം വാതകങ്ങൾ എത്തിച്ചേർന്നു. ഇതിനൊരു ഉത്തരമേയുള്ളൂ. വളരെ കനംകുറഞ്ഞ ഇത്തരം വാതകങ്ങൾ വളറെ വായുസാന്ദ്രത കുറഞ്ഞ രാജ്യങ്ങളിലേക്കും, ഭൂഖണ്ഡങ്ങളിലേക്കും ക്രമേണ വായുവിലൂടെ സഞ്ചരിക്കുന്നു. രണ്ടു മുതൽ അഞ്ചു വർഷത്തിനുള്ളിൽ ഈ വാതകങ്ങൾ സഞ്ചരിച്ച് അന്റാർട്ടിക്കയിലെത്തുകയും അവിടെ കുമിഞ്ഞുകൂടി ഓസോണിന്റെ പാളികളിൽ ദ്വാരമുണ്ടാക്കുകയും പരിസ്ഥിതിക്ക് അസന്തുലിതാവസ്ഥ ഉണ്ടാക്കുന്ന ഓസോൺ പാളി വിനാശത്തിന് കാരണമാവുകയും ചെയ്യുന്നു.

യാതൊരു വ്യവസായങ്ങളുമില്ലാത്ത അന്റാർട്ടിക്കയിൽ അവിടെയുള്ള ഓസോൺ പാളികളെ നശിപ്പിക്കുന്ന 7400 ഓളം പുതിയ രാസപദാർത്ഥങ്ങൾ കണ്ടെത്തുകയും ചെയ്തു. 1970, 75 കാലഘട്ടത്തിൽ വളരെ ദൃഢവും ശക്തമായും നിന്നിരുന്ന ഓസോണിന് 2006 ആകുമ്പോഴേക്കും വലിയ ദ്വാരങ്ങളുണ്ടാക്കി മാരകമായ അൾട്രാവയലറ്റ് രശ്മികൾ ഭൂമിയിൽ പതിക്കുന്നതിന് ഇടയാക്കുകയും ഇതിന്റെ ഫലമായി ചെറുകിട, വൻകിട രാജ്യങ്ങളോ എന്ന് വ്യത്യാസമില്ലാതെ എല്ലാ രാജ്യങ്ങൾക്കും തുല്യമായി കാലാവസ്ഥാ വ്യതിയാനം എന്ന പരിസ്ഥിതി വിശേഷം സംജാതമായി. 2006 ൽ അന്റാർട്ടിക്കയിൽ 26.6 മയിൽ സ്ക്വയർ കിലോമീറ്ററോളം ഓസോൺ പാളിയിൽ വിള്ളലുണ്ടാക്കുകയും ചെയ്തു. കാർബന്റെ 7000 മടങ്ങ് ശക്തിയുള്ള സി എഫ് സി ഒരു ശതമാനം കൂടുമ്പോൾ 10 ശതമാനം വരെ ഭൂമിയിൽ നാശം വർദ്ധിക്കുന്നു എന്നു കണക്കാക്കപ്പെട്ടിട്ടുണ്ട്. രണ്ട് ശതമാനം അൾട്രാവയലറ്റ് രശ്മികൾ ഭൂമിയിൽ പതിക്കുമ്പോൾ അതിന്റെ അഞ്ചിരട്ടിയോളം ജീവജാലങ്ങൾക്ക് നാശം സംഭവിക്കുമെന്നാണ് കണക്കാക്കപ്പെട്ടിട്ടുള്ളത്.

സി എഫ് സി നൂറ്റാണ്ടുകളോളം നിലനില്ക്കുന്ന ഒരു ദുരിത വാഹക വാതകമാണ്. ഭൂമിയിൽ ഈ വാതകം മഞ്ഞുകണങ്ങളിൽ കുടുങ്ങിക്കിടക്കുകയും ധ്രുവപ്രദേശങ്ങളിൽ വസന്തകാലത്ത് സൂര്യപ്രകാശം പുറത്തുവരുമ്പോൾ മഞ്ഞുരുകുകയും അതിലൊളിഞ്ഞുകിടക്കുന്ന സി എഫ് സി പുറത്തേക്കു വരികയും ഓസോണിനെ നശിപ്പിക്കുകയും ചെയ്യുന്നു.

ഇരകളാകുന്നത് ചെറുകിട രാഷ്ട്രങ്ങളോ

വൻകിട രാജ്യങ്ങൾ പുറന്തള്ളുന്ന സി എഫ് സിയുടെ ദൂഷ്യഫലങ്ങൾ അനുഭവിക്കുന്നത് ഇന്ത്യ, ബംഗ്ലാദേശ്, പാകിസ്ഥാൻ, ചൈന തുടങ്ങിയ, വ്യവസായവല്കൃതമല്ലാത്ത ചെറുകിട രാജ്യങ്ങളാണ്. ഓസോൺ പാളി നശിക്കുമ്പോൾ ഉണ്ടാകുന്ന അമിതമായ റേഡിയേഷൻ അന്തരീക്ഷത്തിൽ ഉഷ്ണം വർദ്ധിപ്പിക്കുകയും ജീവജാലങ്ങളുടെ ഊഷ്മാവ് കുറഞ്ഞ് സൂര്യാഘാതം പോലെയുള്ള മാരകരോഗങ്ങൾ വന്ന് സാധാരണക്കാരായ ആളുകൾ മരിച്ചുവീഴുകയും ചെയ്യുന്നു. എഴുപത് ശതമാനത്തിൽ കൂടുതൽ സൂര്യാഘാതത്തിന്റെ ഫലമായി നശിക്കുന്നത് ഇടത്തരക്കാരും, വയലുകളിലും, കൃഷിസ്ഥലങ്ങളിലും ജോലി ചെയ്യുന്ന സാധാ

രണക്കാരാണ്. ഈ മാരക വാതകം ചെടികളെയും വൃക്ഷങ്ങളെയും നശിപ്പിക്കുക വഴി ഭക്ഷ്യോല്പാദനം കുറയുകയും അതിന്റെ ഫലമായി ഉണ്ടാകുന്ന വിലവർദ്ധനവ് ആദ്യം ബാധിക്കുന്നത് ഇടത്തരക്കാരെയാണ്. ഓസോൺ പാളിയുടെ ചോർച്ച ഗുരുതരമായി ബാധിക്കുന്നത് കടലിലെ ജീവികളെയാണ്. വെള്ളത്തിൽ ചെറിയ ജീവികളും ചെടികളും നശിക്കുന്നു. പ്ലാങ്ടൺ തുടങ്ങി ചെറുജീവികൾ ആണ് കടലിന്റെ ഭക്ഷ്യശൃംഖലയെ നിലനിർത്തിക്കൊണ്ടിരിക്കുന്നത്. ഓസോൺ കുറയുന്നതിന്റെ ഫലമായി മാരകമായ അൾട്രാവയലറ്റ് വികിരണങ്ങൾ ഭൂമിയിലെത്തുകയും ഇത്തരം ജീവികളെ നശിപ്പിക്കുകയും ചെയ്യുന്നു. തിമിംഗലവും മറ്റ് നാടൻ മത്സ്യങ്ങളും ഭക്ഷണമായി ഉപയോഗിക്കുന്നത് പ്ലാങ്ടണിനെയാണ്. ഈ ഭക്ഷ്യധാന്യത്തിന്റെ നാശം തിമിംഗലത്തിന്റെ നിലനില്പിനെയും മറ്റു മത്സ്യങ്ങളുടെ ലഭ്യതയെയും ബാധിക്കുകയും കടലിന്റെ ജൈവവ്യവസ്ഥിതി തകിടം മറിയുകയും ചെയ്യുന്നു.

ഈ വിഷവാതകം വൻകിട രാജ്യങ്ങളാണുല്പാദിപ്പിക്കുന്നതെങ്കിലും അവരെ കാര്യമായി ബാധിക്കുന്നില്ല. ആ രാജ്യങ്ങൾക്കുമുകളിലുള്ള ഓസോൺ പാളികളേക്കാൾ ബാധിക്കുന്നത് അന്റാർട്ടിക്കയിലും ആർട്ടിക്കിലുമുള്ള ഓസോൺ പാളികളെയാണ്. ഇവിടങ്ങളിൽ സംഭവിക്കുന്ന ഏതൊരു മാറ്റവും ലോകത്തെ എല്ലാ രാജ്യത്തെയും ഒരുപോലെ ബാധിക്കുന്നു എന്നതാണ് പ്രത്യേകത. ആർട്ടിക്, അന്റാർട്ടിക് തീരത്തിന് സമീപമുള്ള രാജ്യങ്ങളിലും ഇതിന്റെ ഭവിഷ്യത്തും അനുഭവിക്കുന്നു. ആസ്ട്രേലിയയിൽ ജനങ്ങളിൽ കണ്ടുവരുന്ന വർദ്ധിച്ചുവരുന്ന ക്യാൻസർ രോഗം അൾട്രാവയലറ്റ് കിരണത്തിന്റെ ഫലമായുണ്ടാകുന്നതാണെന്ന് തെളിയിക്കപ്പെട്ടിട്ടുണ്ട്. ആസ്ട്രേലിയക്ക് മുകളിൽ മാത്രം 1960 ന് ശേഷം 5 മുതൽ 10 ശതമാനം വരെ ഓസോൺ കുറഞ്ഞതായി കണ്ടെത്തി. ലോകത്തിൽ ഏറ്റവും കൂടുതൽ സ്കിൻ ക്യാൻസർ ഉള്ള രാജ്യം ആസ്ട്രേലിയ ആണെന്നത് അവിടത്തെ ജനങ്ങളുടെ നേർമ്മയുള്ള തൊലിയും അതിന്റെ പ്രത്യേകതയും ആണ്. അമിതമായി ഏല്ക്കുന്ന അൾട്രാവയലറ്റ് കിരണങ്ങൾ വഴി മാരകമായ രോഗങ്ങൾ ഇത്തരക്കാരെ പിടികൂടുന്നു. നമ്മുടെ പ്രതിരോധ ശക്തിയേയും ഡി എൻ എയുടെ ഘടനയേയും മാറ്റം വരുത്താൻ തക്കവണ്ണം ഓസോൺ ശോഷണ വസ്തുക്കൾ ഈ രാജ്യത്ത് വർദ്ധിച്ചുവരുന്നു.

ഓസോൺ ശോഷണ വാതകങ്ങളായ ഹാലോൺ, മീഥൈൻ, ക്ലോറോഫോം, കാർബൺ ടെട്രാ ക്ലോറൈഡ് ഹൈഡ്രോ ക്ലോറോ ഫ്ളൂറോ കാർബൺ, മീതൈൽ ക്ലോറൈഡ് തുടങ്ങിയവയുടെ അംശം ആസ്ത്രേലിയെപ്പോലെയുള്ള ആർട്ടിക്കൻ തീരത്തെ രാജ്യങ്ങളിൽ കാണുന്നത് ആസ്ട്രേലിയയിലെ വ്യവസായങ്ങൾ ഉല്പാദിപ്പിച്ച വിഷവസ്തുക്കളല്ല. മറിച്ച് മറ്റ് ലോകത്തിലെ വികസ്വര രാജ്യങ്ങളിൽനിന്നും വന്നുപെടുന്ന വാതകങ്ങളാണ്.

1996 മുതൽ വികസിത രാജ്യങ്ങളിൽ (Developed Nations) വളരെ

അത്യാവശ്യഘട്ടത്തിൽ മാത്രമേ ഇത്രയും ഓസോൺ ശോഷണവസ്തുക്കൾ ഉല്പാദിപ്പിക്കാൻ പറ്റൂ എന്ന് നിയമമുണ്ടാക്കുകയും ലൈസൻസ് കിട്ടിയ ശേഷം മാത്രമേ ഇത്തരം വസ്തുക്കളുടെ ഉല്പാദനവും വിതരണവും നടത്താവൂ എന്ന് നിഷ്കർഷിച്ചിട്ടുണ്ട്. എന്നാൽ വികസ്വര രാജ്യങ്ങളിൽ 2010 മുതൽ ഇത്തരം ഓസോൺ ശോഷകവസ്തുക്കളുടെ ഉല്പാദനവും, വിതരണവും നിരോധിച്ചിട്ടുള്ളൂവെങ്കിലും ഈയൊരു വാതകത്തിന്റെ ദൂഷ്യഫലം ഏറ്റവും കൂടുതൽ അനുഭവിച്ചിട്ടുള്ളത് ആസ്ട്രേലിയ തന്നെയാണ് ഫ്ളൂറോ കാർബണിന്റെ ഉപഭോഗം കുറയ്ക്കാനായി ആദ്യമായി ഉറപ്പു നല്കിയത്. 2016 ആകുമ്പോഴേക്കും 90 ശതമാനവും ഇത്തരം വാതകങ്ങളുടെ ഉല്പാദനം കുറയ്ക്കാമെന്നാണ് ആസ്ട്രേലിയ സമ്മതിച്ചിട്ടുള്ളത്.

നമുക്ക് എന്ത് ചെയ്യാം

ഓസോൺ ശോഷണ വസ്തുക്കളുടെ ഉല്പാദനം നാം വിചാരിച്ചാലും കുറയ്ക്കാൻ പറ്റും. വീടിനുള്ളിൽ ഉപയോഗിക്കുന്ന എ സിയിൽ നിന്നും. റഫ്രിജറേറ്ററിൽനിന്നും ആണ് പ്രധാനമായും ഓസോൺ ശോഷക വാതകങ്ങൾ പുറന്തള്ളപ്പെടുന്നത്. വീടിനുള്ളിൽ എയർകണ്ടീഷന്റെ ഉപയോഗം കുറയ്ക്കുകയും എയർകണ്ടീഷൻ ആവശ്യമുള്ള സമയത്ത് മാത്രം ഉപയോഗിക്കുകയും, നമ്മുടെ ആവശ്യത്തിനനുസരിച്ച് മാത്രം എയർകണ്ടീഷൻ റൂം ക്രമീകരിക്കുകയും നമുക്ക് ചെയ്യാവുന്ന കാര്യങ്ങളാണ്. റഫ്രിജറേറ്ററിൽനിന്നും ഇത്തരം ഒസോൺ ശോഷകക വാതകങ്ങൾ ധാരാളം പുറത്തുവരുന്നുണ്ട്.

എനർജി റേറ്റിങ് കുറവുള്ള എ സിയുടെ ഉപയോഗം പ്രകൃതിക്ക് ഗുണം ചെയ്യുകയും ഓസോൺ ശോഷകവാതകങ്ങളുടെ ഉല്പാദനം കുറക്കുകയും ചെയ്യുന്നു. നമ്മുടെ റഫ്രിജറേറ്ററിന്റെ ഉപയോഗം കുറച്ചാൽ കറണ്ട് ബിൽ മാത്രമല്ല, നാം പ്രകൃതിയെ സംരക്ഷിക്കുകയും കൂടിയാണ് ചെയ്യുന്നത്. ഇന്ന് നാം ഏതെങ്കിലും ഒരു ടെക്നീഷ്യനെ വിളിച്ചാണ് എ സിയും ഫ്രിഡ്ജുമെല്ലാം നന്നാക്കുന്നത്. ഇത്തരം വസ്തുക്കൾ കൈകാര്യം ചെയ്യുന്നതിന് ലൈസൻസ് കിട്ടിയിട്ടുള്ളതുമായ ആളുകളെ ഉപയോഗിക്കുമ്പോൾ ഇവയിൽനിന്ന് ലീക്ക് വരുന്ന ഓക്സിജൻ ശോഷക വാതകങ്ങളെ നിയന്ത്രിക്കാനും പരിസ്ഥിതിയെ സംരക്ഷിക്കാനും കഴിയും. പഴയ റഫ്രിജറേറ്റർ ഉപയോഗിക്കാതെ പുതിയതും, കൂടുതൽ വൈദ്യുതി ഉപയോഗിക്കാത്തതുമായ റഫ്രിജറേറ്ററും, എയർക്കണ്ടീഷനും നമ്മുടെ കറണ്ട് ബിൽ കുറയ്ക്കുക മാത്രമല്ല, വരും തലമുറയോടും പ്രകൃതിയോടും ചെയ്യുന്ന നമ്മുടെ ഒരു ഉത്തരവാദിത്വവുമായിരിക്കും.

നമുക്ക് ഉഷ്ണമുണ്ടാക്കുന്നതും അന്തരീക്ഷത്തിലുണ്ടാകുന്ന റേഡിയേഷൻ വർദ്ധിച്ചതുകൊണ്ടാണ്. അവ വർദ്ധിച്ചുവരുന്നതുതന്നെ. ഓസോൺ ശോഷണത്തിന്റെ ഫലമായി അൾട്രാവയലറ്റ് രശ്മികൾ കൂടുതൽ എത്തിച്ചേരുകയും ഭൂമിയെ ചൂടാക്കി മാറ്റുകയും ചെയ്യുന്നു. ഇങ്ങ

നെയുണ്ടാകുന്ന ഉഷ്ണം കുറയ്ക്കുന്നതിനു വേണ്ടി നാം വീണ്ടും ഓസോൺ ശോഷക വസ്തുക്കളുടെ പിന്നാലെ പോകുമ്പോൾ അന്തരീക്ഷത്തിൽ ധാരാളം ഓസോൺ വിള്ളലുണ്ടാകുകയും ഇത് കൂടുതൽ സ്ഥിതി വഷളാക്കുകയും ചെയ്യുന്നു. സോപ്പ്, ഇൻസുലേറ്റിങ് ഫോംസ് മുതലായവ ഓസോൺ ശോഷക വസ്തുക്കൾ വർദ്ധിപ്പിക്കുന്നു. ഇവയുടെ ഉപയോഗം കുറയ്ക്കുന്നതിന് നമ്മുടെ പ്രകൃതിയോട് ചെയ്യുന്ന ഏറ്റവും വലിയ ഉത്തരവാദിത്വമായിരിക്കും.

ഹൃദ്രോഗം
കാരണം വായുമലിനീകരണമോ?

ലോക ജനതയെ കൊന്നൊടുക്കുന്ന രോഗങ്ങളിൽ ഏറ്റവും പ്രധാന രോഗമായി തീർന്നിരിക്കുകയാണ് ഹൃദ്രോഗം. ആരോഗ്യരംഗത്ത് ആർക്കും ഒരു ഗ്യാരണ്ടിയും നല്കാൻ കഴിയാത്ത ഒരു ആഗോളപ്രതി സന്ധിയാണ് ഇന്ന് ഹൃദ്രോഗം സൃഷ്ടിച്ചിരിക്കുന്നത്. ഭക്ഷണത്തിലും ജീവിതരീതിയിലും വന്ന മാറ്റം നമ്മുടെ ഹൃദയത്തിന്റെ ആരോഗ്യവുമായി ബന്ധപ്പെടുത്തി പലവിധത്തിലുള്ള ഗവേഷണങ്ങളും നടത്തിയിട്ടുണ്ട്. എന്നാൽ ഇതിനൊക്കെ പുറമെ നാം ഇടപഴകുന്ന ദിനംപ്രതി ശ്വസിച്ചു കൊണ്ടിരിക്കുന്ന വായുവിന്റെ ഘടനയിലുള്ള വ്യത്യാസവും നമ്മുടെ ഹൃദയത്തിന്റെ ആരോഗ്യവും തമ്മിലുള്ള ബന്ധത്തെപ്പറ്റി കൂടുതൽ പഠനം നടത്തിയത് അടുത്തിടെയാണ്. വാഹനങ്ങളിൽനിന്നും വൻ വ്യവസായ ശാലകളിൽനിന്നും പുറന്തള്ളുന്ന കാർബൺ ഡൈ ഓക്സൈഡ്, കാർബൺ മോണോക്സൈഡ് തുടങ്ങി കാർബോണിക് സംയുക്തങ്ങൾ വായുവിലുള്ള അതിസൂക്ഷ്മ പൊടിപടലങ്ങളുമായി ചേർന്ന് 'സൂക്ഷ്മ കാർബൺ സംയുക്ത ലെയർ' (Fin Particles of Carbon Compounds layer) അന്തരീക്ഷത്തിൽ സൃഷ്ടിക്കപ്പെടുന്നു. പൊടിപടലങ്ങൾ ധാരാളം അടങ്ങിയതിനാൽ ഈ ലെയറിന് ഭാരം കൂടുകയും ഭൂമിയുടെ ഉപരിതലത്തിന് ഏറ്റവും സമീപമായി തങ്ങി നില്ക്കുകയും ചെയ്യുന്നു. ശ്വസന വേളയിൽ ഈ സൂക്ഷ്മ പൊടിപടലങ്ങൾ പ്രത്യേകിച്ചും 2.5 മൈക്രോഗ്രാമിൽ കുറവുള്ള പൊടിപടലങ്ങൾ ശ്വാസകോശങ്ങളിലെത്തുകയും ഹൃദയത്തിന്റെ പ്രവർത്തനത്തെ താറുമാറാക്കുകയും ചെയ്യുന്നുണ്ട് എന്ന് അടുത്തകാലത്താണ് ബോദ്ധ്യപ്പെട്ടിട്ടുള്ളത്. ഈ വിഷലിപ്ത വാതകങ്ങൾ ശ്വസിക്കുമ്പോൾ ഹൃദയവാൽവുകൾ ചീർക്കുകയും രക്തധമനികൾ

ചുരുങ്ങുകയും ചെയ്യുന്നുവെന്ന് അമേരിക്കൻ ഹാർട്ട് അസോസിയേഷനിലെ ഡോ. ലൂക്കർ നടത്തിയിട്ടുള്ള പഠനത്തിൽ തെളിയിക്കപ്പെട്ടിട്ടുണ്ട്. ഒരു കൊല്ലം ആറ് ലക്ഷത്തിൽ കൂടുതലാളുകൾ ഹൃദയാഘാതം വഴി മരിക്കുമ്പോൾ അതിന്റെ 80 ശതമാനവും ഹൃദയവാൽവുകൾ ചുരുങ്ങുന്നതുകൊണ്ടാണ് എന്ന് ഇദ്ദേഹം നടത്തിയിട്ടുള്ള പഠനം കണ്ടെത്തിയിട്ടുണ്ട്. കൊളസ്ട്രോൾ, ഷുഗർ, പ്രഷർ, അമിതവണ്ണം, ഡിപ്രഷൻ തുടങ്ങിയവ ഹൃദയാഘാതത്തിന് കാരണമാവുന്നുണ്ടെങ്കിൽ ഇവയെല്ലാം സാധാരണയായി നില്ക്കുന്ന അവസ്ഥയിൽപോലും എന്തുകൊണ്ട് ഹൃദയാഘാതം സംഭവിക്കുന്നു എന്ന വസ്തുത അന്വേഷിക്കുമ്പോഴാണ് ഇവർ ഈ നിഗമനത്തിലെത്തിയത്.

അമേരിക്കൻ ഹാർട്ട് അസോസിയേഷൻ നടത്തിയിട്ടുള്ള പഠനത്തിലും ഈയൊരു സത്യം വെളിപ്പെട്ടിട്ടുണ്ട്. 'ഹൃദയത്തെ നശിപ്പിക്കുന്ന മലിനീകരണ കണങ്ങൾ' (Heart Damaging Pollution Particles) എന്നു പേരുള്ള ഈ സൂക്ഷ്മ കണങ്ങൾ ഹൃദയത്തിലേക്ക് പ്രവേശിക്കുക വഴി ഹൃദയത്തിന്റെ പ്രവർത്തനത്തിന്റെ വേഗത വർദ്ധിക്കുകയും അമിത ഹൃദയമിടിപ്പ് അനുഭവപ്പെട്ട് ക്രമേണ ഹൃദയധമനികൾ ചുരുങ്ങുകയും ചെയ്യുന്നു. ഉഷ്ണ കാലങ്ങളിൽ ഹൃദ്രോഗം കൂടുന്നതായിട്ടാണ് കണ്ടെത്തിയത്. അന്തരീക്ഷത്തിലുള്ള പൊടിപടലങ്ങളും ഭൂമിയിലുള്ള കീടനാശിനികളും, വളങ്ങളും ഉണങ്ങുകയും അവ കാർബൺ ഡൈ ഓക്സൈഡുമായി ചേർന്ന് അന്തരീക്ഷ പാളികളിൽ തങ്ങി നില്ക്കുമ്പോൾ ഹൃദയത്തിന് ഹാനിയായിട്ടുള്ള കണങ്ങളുടെ വ്യാപ്തി വർദ്ധിക്കുകയും കൂടുതൽ വിഷലിപ്ത വാതകം ശരീരത്തിലെത്തുകയും ചെയ്യുന്നു. അന്തരീക്ഷ ഊഷ്മാവ് വർദ്ധിക്കുന്നതിനനുസരിച്ച് ശരീരത്തിലുള്ള പൊടിപടലങ്ങൾ വികസിക്കുകയും അവ പുറത്തുവരാൻ ശ്രമിക്കുമ്പോൾ ഹൃദയവാൽവുകൾക്ക് ഹാനി സംഭവിക്കുകയും ചെയ്യുന്നു. 10 മൈക്രോഗ്രാം പൊടിപടലം ഒരുക്യുബിക് മീറ്ററിൽ വർദ്ധിച്ചപ്പോൾ ലോസാഞ്ചൽസ് സിറ്റിയിൽ 44 ശതമാനം വരെ മലിനീകരണം പ്രേരിത ഹൃദയാഘാതം (air pollution in duct heart attack) വർദ്ധിച്ചതായി റോജൻ ഡെഡ് നടത്തിയിട്ടുള്ള പരീക്ഷണങ്ങളിൽ തെളിയിക്കപ്പെട്ടിട്ടുണ്ട്. അതുപോലെ തന്നെ റോബൻ ബ്രൂക്കും നടത്തിയിട്ടുള്ള പഠനത്തിലും ഈയൊരു കാര്യം വ്യക്തമാക്കുന്നുണ്ട്. അമേരിക്കയിലെ ജെ എച്ച് ബ്രുംബർഗ് അദ്ദേഹത്തിന്റെ *എൻവിറോൺമെന്റൽ & ഹെൽത്ത് പെർസ്പെക്ടീവ്* മാസികയിൽ പ്രസിദ്ധീകരിച്ച അന്വേഷണത്തിൽ പുതിയ കാര്യംകൂടെ വെളിപ്പെടുത്തുന്നുണ്ട്. മരുഭൂമിയിൽനിന്നും കാറ്റുവഴിയുയർന്നുപൊന്തുന്നതും 2.5 മുതൽ 10 മൈക്രോൺ വരെ വ്യാസമുള്ള പൊടിപടലങ്ങൾ ഹൃദയകോശങ്ങളെ നശിപ്പിക്കുന്നതിനാൽ ആഫ്രിക്കൻ വൻകരകളിൽ ഹൃദയാഘാത നിരക്ക് വളരെ കൂടുതലായി കണ്ടെത്തി.

ഹൃദയാഘാത നിരക്കിലെ വൈവിദ്ധ്യം

വായുമലിനീകരണമാണ് ഹൃദയാഘാതത്തിന്റെ പ്രധാന കാരണമെന്ന് കണ്ടെത്തിയപ്പോൾ തന്നെ ഏറ്റവും കൂടുതൽ വായുമലിനീകരണം നടക്കുന്ന അമേരിക്കയിലും ചൈനയിലും എന്തുകൊണ്ട് ഹൃദയാഘാത നിരക്ക് കുറയുന്നു എന്ന ചോദ്യം വരുന്നു. മൊത്തം വായുമലിനീകരണത്തിൽ 24 ശതമാനം അമേരിക്കയും, 28 ശതമാനം ചൈനയും ലോകത്തിന് സംഭാവന ചെയ്യുമ്പോൾ ഒരു ശതമാനം പോലും വായുമലിനീകരണം നടത്താത്ത നേപ്പാൾ, പാകിസ്ഥാൻ തുടങ്ങിയ രാജ്യങ്ങളിൽ അമേരിക്കയേയും ചൈനയിലേക്കാൾ കൂടുതലാണ് ഹൃദയാഘാത നിരക്ക്. ഒരു ലക്ഷത്തിൽ 99.44 ആളുകൾ ഹൃദയാഘാതം വഴി ചൈനയിൽ മരിക്കുമ്പോൾ ഏറ്റവും കുറവ് മലിനീകരണം നടക്കുന്ന നേപ്പാൾ, കൊറിയ തുടങ്ങിയ രാജ്യങ്ങളിൽ വായുമലിനീകരണംമൂലമുള്ള ഹൃദയാഘാത നിരക്ക് 97.85 ഉം 110.65 ഉം ക്രമാനുഗതമായി കാണാം. ഇന്ത്യ മൊത്തം മലിനീകരണത്തിന്റെ 5 ശതമാനം മാത്രമാണ് സംഭാവന ചെയ്യുന്നത്. എന്നാൽ ഇവിടത്തെ ഹൃദയാഘാത നിരക്ക് 138.36 ആണ്. അതുപോലെ തന്നെ കുറഞ്ഞ മലിനീകരണം നടക്കുന്ന തുർക്ക്മാനിസ്ഥാനിൽ ഒരു ലക്ഷത്തിൽ 469.9 ആളുകൾ ഹൃദയാഘാതത്തിൽ മരിച്ച് ഒന്നാം സ്ഥാനത്ത് നില്ക്കുന്നു. ഉക്രൈൻ, ഉസ്ബെക്കിസ്ഥാൻ തുടങ്ങിയ രാജ്യങ്ങളിൽ ഹൃദയാഘാത നിരക്ക് ക്രമാനുഗതമായി 384, 364, 358 എന്നീ നിരക്കിലാണ്. ഇതെന്തുകൊണ്ട് സംഭവിക്കുന്നു എന്ന ചോദ്യം ഇവിടെ അവശേഷിക്കുന്നു. ഒരുകാര്യം വ്യക്തമാണ്. ഹൃദയാഘാതം വഴി മരിക്കുന്ന 80 ശതമാനം ആളുകളും വായുമലിനീകരണം ഏറ്റവും കുറവ് നടത്തുന്ന വികസ്വരരാജ്യത്തെ ജനങ്ങളാണ്. അമേരിക്കയിൽ മാത്രം 6 ലക്ഷം ആളുകൾ ഹൃദയാഘാതം വഴി മരിക്കുമ്പോൾ ഇന്ത്യയിൽ 12 ലക്ഷത്തോളം ആളുകൾ ഒരു വർഷം ഹൃദ്രോഗം ബാധിച്ച് മരണമടയുന്നു.

ഇരകളാര്?

വൻകിട രാജ്യങ്ങളാണ് മലിനീകരണം നടത്തുന്നതെങ്കിലും അതിന്റെ ഇരകളായി വരുന്നത് നിർദ്ധനരും അത്യാവശ്യം ജീവിക്കാൻ പോലും ബുദ്ധിമുട്ടുള്ള ഇടത്തരം രാജ്യങ്ങളാണ്. ലാറ്റിൻ അമേരിക്ക, പാകിസ്ഥാൻ, അഫ്ഗാനിസ്ഥാൻ, നേപ്പാൾ, ബർമ്മ, ഭൂട്ടാൻ തുടങ്ങിയ രാജ്യങ്ങളിലെ വരുമാനവും തൊഴിൽ സാദ്ധ്യതയും വളരെ കുറവാണ് എങ്കിലും ഈ രാജ്യങ്ങളിൽ കാണപ്പെടുന്ന വിഷലിപ്ത വായുവിന്റെ അളവ് വികസ്വര രാജ്യങ്ങളിൽ ഉള്ളതിന് സമാനമായിട്ടാണ്. ഏറ്റവും കൂടുതൽ മലിനീകരണം നടക്കുന്ന അമേരിക്കയിൽ 400 പി പി എം ആണ് അവിടത്തെ കാർബൺ ഡൈ ഓക്സൈഡ് ലെയറിന്റെ അളവ്. എന്നാൽ ഇടത്തരം രാജ്യങ്ങളിൽപ്പോലും 400 പി പി എമ്മിന് സമാനമായിട്ടുള്ള

കാർബൺ ഡൈ ഓക്സൈഡ് ലെയർ കാണുന്നത്, എല്ലാ വായുമണ്ഡലങ്ങളും പരസ്പരം ബന്ധിതമാണെന്ന് അവയുടെ ഉല്പന്നങ്ങൾ പരസ്പരം വിനിമയം ചെയ്യുന്നുണ്ടെന്ന വസ്തുത നമ്മെ ബോദ്ധ്യപ്പെടുത്തുന്നു. ഒരു കൊല്ലത്തിൽ 14,000 കിലോമീറ്ററോളം പൊടിപടലങ്ങൾ സഞ്ചരിക്കുകയും ഏറ്റവും മലിനീകരണ സാന്ദ്രത കുറഞ്ഞ രാജ്യങ്ങളിൽ നിക്ഷേപിക്കപ്പെടുകയും ചെയ്യുന്നതുകൊണ്ടാണ് എല്ലാ രാജ്യങ്ങളിലും ഏകദേശം സമാനമായ കാർബൺ ഡൈ ഓക്സൈഡിന്റെ അളവ് കാണുന്നത് എന്ന് നാം മനസ്സിലാക്കേണ്ടത്. ഈയൊരു വിതരണം പ്രകൃതി നിയമമാണ്. ഒരു കിണറിൽ ഒരുതുള്ളി ഒഴിക്കുന്ന വിഷാംശം എല്ലാ വശത്തേക്കും പടർന്നുപിടിക്കുന്നതുപോലെത്തന്നെ ഭൂമി ഒരു വലിയ ജലം നിറഞ്ഞ പാത്രമാണെന്നും അതിൽ വീഴുന്ന ഓരോ തുള്ളി വിഷവും പാത്രത്തിന്റെ എല്ലാ ഭാഗത്തുമുള്ള വെള്ളത്തുള്ളികളിലേക്ക് വ്യാപിക്കുന്നു. അതുപോലെ ലോകത്തിന്റെ ഏതുഭാഗത്തുണ്ടാകുന്ന മലിനീകരണം എല്ലാ രാജ്യങ്ങളിലേക്കും ബാധിക്കുകയും അവിടത്തെ ജീവജാലങ്ങളെ ദോഷകരമായി ബാധിക്കുകയും ചെയ്യുന്നു. ലോകത്തിൽ ഏറ്റവും കുറവ് ലെഡ് ഉല്പാദിപ്പിക്കുന്ന ബാഗ്ദാദ് സിറ്റിയിൽ അമേരിക്കയിലും ചൈനയിലും (ലോകത്തിലെ ഏറ്റവും കൂടുതൽ ലെഡ് ഉല്പാദിപ്പിക്കുന്ന രാജ്യങ്ങൾ) ഉള്ളതിന് സമാന്തരമായി ലെഡിന്റെ അംശം കാണുന്നത് വാതകങ്ങളുടെ ഈ വിനിമയം എക്സ്റ്റേണൽ സർപ്ലസ് പൊല്യൂഷൻ എഫക്ട് കൊണ്ടാണ്. ഹൃദയത്തിന് ഹാനികരമായിട്ടുള്ള ഇത്തരം വിഷലിപ്ത വാതകങ്ങളുടെ വ്യാപനത്തെ എക്സ്റ്റേണൽ ഇംപാക്ട് ഓഫ് ഹാർട്ട് ഡാമേജിങ് പാർട്ടിക്കിൾസ്. ചുരുക്കത്തിൽ E I H D P പ്രഭാവം എന്നുപറയാം.

വികസിത രാജ്യങ്ങളായ അമേരിക്ക അടക്കമുള്ള പത്ത് രാജ്യങ്ങളാണ് മൊത്തം കാർബൺ വിസർജ്ജത്തിന്റെ 79% ത്തോളം സംഭാവന ചെയ്യുന്നത്. ഈ വിഷവാതകങ്ങൾ ലോകത്തിൽ മൊത്തം വ്യാപിപ്പിക്കുന്നതോടൊപ്പം തന്നെ അവർ ഉണ്ടാക്കിയിട്ടുള്ള വികസനത്തിന്റെ സാമ്പത്തിക നേട്ടം ഒന്നും തന്നെ തുല്യമായി വീതിക്കപ്പെടുന്നില്ല എന്ന സത്യം മനസ്സിലാക്കേണ്ടതുണ്ട്. തൊഴിലില്ലായ്മയും ദാരിദ്ര്യവും ദാരിദ്ര്യ നിർമ്മാർജ്ജനവും വികസനവും എല്ലാം ഈ അല്പം ചില രാജ്യങ്ങളിൽ കേന്ദ്രീകരിക്കുമ്പോൾ അവർ ഉണ്ടാക്കിയ ഒരു വികസനത്തിന്റെ നേട്ടവും അതിന്റെ ഇരകളായ വികസ്വര രാജ്യങ്ങൾക്ക് ലഭിക്കുന്നില്ല. രോഗങ്ങൾ വരുമ്പോൾ ചികിത്സിച്ച് മാറ്റാൻ ആവശ്യമായ ആധുനിക സജ്ജീകരണങ്ങളും ആശുപത്രികളും ഇത്തരം രാജ്യങ്ങളിൽ വളരെ കുറവായതിൽ ഈ രാജ്യങ്ങളിൽ ഹൃദയാഘാത നിരക്ക് വർദ്ധിക്കുന്നതിനും കാരണമായിത്തീരുന്നു. ഇന്ത്യയടക്കമുള്ള രാജ്യങ്ങളുടെ സ്ഥിതി ഇതാണ്. E I H D P പ്രഭാവം അനുഭവപ്പെടുന്നതോടുകൂടി ഹൃദയാഘാത നിരക്ക് വർദ്ധിക്കുകയും മരണനിരക്ക് കൂടുകയും ചെയ്യുന്നു. വൻവ്യവസായ രാജ്യങ്ങൾ E I H D P പ്രഭാവം വർദ്ധിക്കുന്നതിനനുസരിച്ച്

അതിന്റെ ഭാരിച്ച ചെലവ് കണ്ടെത്തുന്നതിന് ഇത്തരം രാജ്യങ്ങളെ സഹായിക്കേണ്ട ഉത്തരവാദിത്വം അമേരിക്ക അടക്കമുള്ള വൻവ്യവസായ രാജ്യങ്ങൾക്കുണ്ട്.

കേരളത്തിലെ സ്ഥിതി ഇന്ത്യയിലെ ആരോഗ്യ ദൈർഘ്യവും വിദ്യാഭ്യാസവും ഏറ്റവും കൂടുതലുള്ള സംസ്ഥാനമായ കേരളത്തിലും ഹൃദയാഘാത നിരക്ക് അമിതമായി വർദ്ധിക്കുന്നത് നമ്മെ ആശങ്കയിലാഴ്ത്തുന്നു. ഒരുലക്ഷത്തിൽ 352 പുരുഷന്മാർക്കും 128 സ്ത്രീകൾക്കും ഹൃദയാഘാതം ഉണ്ടാകുന്നുണ്ടെന്നാണ് കണക്ക്. ചൈനയിലെയും ജപ്പാനിലെയും നിരക്കിനേക്കാൾ മൂന്ന് മുതൽ ആറ് മടങ്ങുംവരെ വരും ഇത്. എന്നാൽ അമേരിക്കയിൽ 65 വയസ്സിന് ശേഷമുള്ള ആളുകളുടെ ഹൃദയാഘാത നിരക്ക് 18% ആകുമ്പോൾ കേരളത്തിൽ അത് 38% മായി വർദ്ധിച്ചിട്ടുണ്ട്. വികസ്വര രാജ്യങ്ങളിൽ ഹൃദയാഘാത നിരക്ക് 20% കുറഞ്ഞപ്പോൾ കേരളത്തിൽ ശരാശരി 10% കുറവ് മാത്രമാണ് സംഭവിച്ചത്. വായു മലിനീകരണം കൂടുതലുള്ള തൃശൂർ, കോഴിക്കോട് തുടങ്ങിയ സിറ്റികളിൽ ഹൃദയാഘാത നിരക്ക് ശരാശരി ഒരു ലക്ഷത്തിൽ നാന്നൂറ്റി രണ്ടാണ്. അതായത് വായു മലിനീകരണം കൂടുതലുള്ള സ്ഥലങ്ങളിൽ 10 വർഷത്തിൽ കൂടുതൽ സ്ഥിരമായി താമസിക്കുന്നവരിലും ഹൃദയാഘാത നിരക്ക് 20% കൂടുതലായിട്ടാണ് കണ്ടെത്തിയിട്ടുള്ളത്.

അത്യുഷ്ണവും ഹൃദയാഘാതവും

ഈ അടുത്തകാലത്തായി കേരളത്തിൽ വെയിലത്തു ജോലി ചെയ്യുന്ന ട്രാഫിക് ഉദ്യോഗസ്ഥന്മാരും പാടങ്ങളിലും മറ്റും ജോലി ചെയ്യുന്ന കർഷകർക്കും കൂടുതലായി സൂര്യാഘാതം ഏറ്റ് മരണപ്പെട്ടതായി വാർത്തകളുണ്ട്. നിർജ്ജലീകരണം വഴി പെട്ടെന്ന് കുഴഞ്ഞു വീഴുന്നതാണ് മരണകാരണമെന്ന് ആശുപത്രി അധികൃതർ രേഖപ്പെടുത്തുന്നു. വിഷലിപ്ത വാതകങ്ങൾ ശ്വസിക്കുമ്പോൾ അവ ഹൃദയങ്ങളെയും മറ്റ് അവയവങ്ങളുടെയും പ്രവർത്തനത്തെ മന്ദീഭവിപ്പിക്കുകയും ചെയ്യുമ്പോൾത്തന്നെ ഇത്തരം വാതകങ്ങൾ ശരീരത്തിന് പുറത്തുള്ള അന്തരീക്ഷത്തിലെ ഉഷ്ണവുമായിട്ട് സന്തുലിതാവസ്ഥ പ്രാപിക്കുവാൻ ശ്രമിക്കുന്നു. ശരീരത്തിലെ ചൂട് ഏറ്റവും കൂടുതലും അന്തരീക്ഷ ചൂട് കുറവുമാകുമ്പോൾ ഈ ഊഷ്മാവ് സന്തുലിതാവസ്ഥ പ്രാപിക്കുവാൻ കഴിയുന്നു. അതായത് ശരീരത്തിലെ ഊഷ്മാവും പുറത്തുള്ള ഊഷ്മാവും തമ്മിൽ തുല്യതയിലെത്തുന്നു. ഈ തുലന പ്രക്രിയയിൽ ശരീരത്തിൽനിന്ന് ഊഷ്മാവ് പുറത്തുകടക്കുമ്പോൾ യാതൊരു ബുദ്ധിമുട്ടുമുണ്ടാകുന്നില്ല. നേരെമറിച്ച് പുറമെയുള്ള ഊഷ്മാവ് വളരെ കൂടുതലും ശരീരത്തിലെ ഊഷ്മാവ് കുറവുമാകുമ്പോൾ സന്തുലിതാവസ്ഥ പ്രാപിക്കാൻ പറ്റാതാവുകയും ശരീരത്തിന്റെ ഉള്ളിൽ നിന്നുകൊണ്ടുതന്നെ അവ പുറത്തുകടക്കാൻ ശ്രമിക്കുമ്പോൾ ഹൃദയത്തിന്റെ പ്രവർത്തനം തകരാറിലാവുകയും കുഴഞ്ഞ് വീഴുകയും ചെയ്യുന്നു. ഹൃദയ സംബന്ധമായ അസുഖങ്ങൾ

മുമ്പുള്ള ആളുകൾക്ക് അത്യുഷ്ണം പെട്ടെന്ന് ഹൃദയത്തെ ബാധിക്കുന്നതുകൊണ്ടാണ് അടുത്തകാലത്തായി വെയിലത്ത് ജോലി ചെയ്യുന്ന ആളുകൾ കുഴഞ്ഞുവീഴാൻ കാരണമായത് നിർജ്ജലീകരണമല്ല.

ആരോഗ്യരംഗത്ത് ചികിത്സാചെലവ് കുറയ്ക്കുകയും വർദ്ധിച്ചുവരുന്ന ഹൃദ്രോഗത്തിന്റെ എല്ലാ സാമ്പത്തിക ബാദ്ധ്യതയും കേന്ദ്ര ഗവൺമെന്റ് ഏറ്റെടുക്കേണ്ടി വരുമ്പോൾ മാത്രമേ E I H D Pയുടെ പ്രാധാന്യം സർക്കാരിന് ബോദ്ധ്യപ്പെടു. വികസ്വര രാജ്യങ്ങളിൽ ഈ ഒരു അവസ്ഥ ബോദ്ധ്യപ്പെടുത്തുകയും വേണം.

ജൂൺ 5 - ലോക പരിസ്ഥിതി ദിനം കാർബൺ ഡെബിറ്റ് കാർഡ് സമ്പ്രദായം പരിസ്ഥിതി സന്തുലിതാവസ്ഥയ്ക്ക്

കാലാവസ്ഥാ വ്യതിയാനം ഉൾപ്പെടെയുള്ള പാരിസ്ഥിതിക അസന്തുലിതാവസ്ഥ ഭേദമാക്കുന്നതിൽ പാരീസ് കരാറിൽ ലോകം വലിയ പ്രതീക്ഷ നല്കിയിരുന്നു. പരിസ്ഥിതി മാന്ദ്യത്തിന് പ്രധാന കാരണമായ അന്തരീക്ഷത്തിലെ കാർബണിന്റെ ആധിക്യം വളരെ ഭീമമായ തോതിൽ 2016 ലും വർദ്ധിച്ചുവരുന്നത് നമ്മെ വളരെ ആശങ്കപ്പെടുത്തുന്നു. 2015 ഡിസംബറിൽ കാർബണിന്റെ അളവ് 402.11 പി പി എം ആയിരുന്നത് 2016 മെയ് മാസം 407.8 പി പി എമ്മും 2017 മാർച്ച് 31 ന് 410 പി പി എമ്മും ആയി വർദ്ധിച്ചത് സമാനതകളില്ലാത്ത വർദ്ധനവാണ്. 2015 കാലയളവിൽ ഒരു വർഷത്തിൽത്തന്നെ 3.8 പി പി എം വർദ്ധിച്ചതുകൊണ്ട് മാത്രം ആഗോള താപനനിരക്ക് 0.04 ഡിഗ്രി സെൽഷ്യസ് (0.07 ഡിഗ്രി ഫാരൻഹീറ്റ്) വളരെ ഉയർന്നു. 1850 മുതൽ 2010 വരെയുള്ള കാലയളവിൽ അമേരിക്കൻ സാമ്രാജ്യത്വം 29 ശതമാനത്തോളം കാർബൺ വിസർജ്ജനം നടത്തിയിട്ടുണ്ട്. ഈ വൻ എമിഷൻ നിരക്കാണ് ഇന്നുള്ള പാരിസ്ഥിതിക പ്രശ്നങ്ങൾക്ക് നിദാനമായത്. ഒൻപത് ശതമാനം കാർബൺ അന്തരീക്ഷത്തിൽ സമാഹരിച്ച ചൈനയ്ക്കാണ് രണ്ടാം സ്ഥാനം. അതുകൊണ്ടുതന്നെ കാലാവസ്ഥാ വ്യതിയാനത്തിൽ വലിയ തിരുത്തലുകൾ വരുത്താൻ അമേരിക്കയ്ക്ക് ധാർമ്മികമായ വൻ ഉത്തരവാദിത്വമുണ്ട്. ഒബാമയ്ക്ക് ശേഷം അധികാരമേറ്റ ഡൊണാൾഡ് ട്രംപ് തികച്ചും പരിസ്ഥിതി വിരുദ്ധ നിലപാടെടുക്കുകയും കാലാവസ്ഥാ വ്യതിയാനം ഒരു സങ്കല്പം മാത്രമാണെന്നും അതു തട്ടിപ്പായി മാത്രമേ വിലയിരുത്താൻ പറ്റൂ എന്ന നിലപാടെടുത്തു. കാലാവസ്ഥാ കരാറിൽനിന്നും പിൻവാങ്ങുമെന്ന് ഭീഷണി മുഴക്കിക്കൊടുത്തിരിക്കുമ്പോഴാണ് ഈ വർഷത്തെ പരിസ്ഥിതി ദിനം വന്നിരിക്കുന്നത്. കൊയാട്ടോ കരാർ അടക്കം നിരവധി അന്താരാഷ്ട്ര

പരിസ്ഥിതി കരാറുകൾ രൂപംകൊണ്ടെങ്കിലും അവയെല്ലാം പരാജയപ്പെട്ടു. അവസാനമായി രൂപംകൊണ്ട പാരീസ് കരാർ ഔദ്യോഗികമായി 190 ഓളം രാഷ്ട്രങ്ങളുടെ അംഗീകാരം കിട്ടിയ ഒരു കരാറായിരുന്നു. ഈ കരാർ പോലും അമേരിക്കൻ സാമ്രാജ്യത്വം അംഗീകരിക്കാത്ത പുതിയൊരു സാഹചര്യത്തിൽ ജനകീയമായ ഒരു കരാറിന്റെ സാന്നിദ്ധ്യം ലോകം ആഗ്രഹിക്കുന്നുണ്ട്.

ലോകത്തിലെ എല്ലാ ജനങ്ങളും ഭാഗഭാക്കായത് വ്യക്തികളോ അവർ തന്നെയുണ്ടാക്കുന്ന കൂട്ടുകമ്പനികളോ സർക്കാർ കമ്പനികളോ ഉൾപ്പെടെയുള്ള സ്വതന്ത്ര സംഘടനകൾ വിസർജ്ജിക്കുന്ന കാർബൺ ആണ് പരിസ്ഥിതി നാശത്തിന്റെ പ്രധാന ഉറവിടം. ഇത്തരം വ്യക്തി സംഘടനകളും കമ്പനികളും നടത്തുന്ന മലിനീകരണത്തിലെ പങ്കാളി യാവാതെ രാജ്യങ്ങൾ തമ്മിലുള്ള ഏകപക്ഷീയമായി ഉണ്ടാക്കുന്ന കരാറുകളാണ് അവസാനമായി രൂപംകൊണ്ട പാരീസ് കരാർ. മലിനീകരണത്തിന് കാരണമായവർ തന്നെ അതിനെ ചെറുക്കുന്ന കരാറിന്റെ ഭാഗമാക്കിത്തീരുകയാണ് വേണ്ടത്. ഏതുകരാറാണെങ്കിലും അതിന്റെ ലക്ഷ്യം കാണണമെങ്കിൽ അതിന്റെ ഭാഗഭാക്കായവർ തന്നെ കൂട്ടായ പരിശ്രമം ആവശ്യമാണ്. മലിനീകരണത്തിന്റെ ഇരകളാവുന്ന ജനങ്ങൾ തന്നെ സ്വയം ഏറ്റെടുത്ത് കരാറിന്റെ ഭാഗമായിത്തീരുമ്പോൾ മാത്രമേ ആഗോള കരാർ ഒരു വിജയമായിത്തീരുകയുള്ളൂ. ജനങ്ങളെ കരാർ നടപ്പാക്കുന്നതിന് നിർദ്ദേശിക്കുന്ന ദൗത്യം മാത്രമാണ് സർക്കാരുകൾക്കുള്ളത്.

ലോകത്തിലെ 40 ഊർജ്ജ ഉല്പാദനക്കമ്പനികളിൽ കൂടുതൽ കാർബൺ വിസർജ്ജിക്കുന്ന രാജ്യങ്ങളിൽ ആറാം സ്ഥാനമാണ് നാഷണൽ തെർമൽ കോർപ്പറേഷനുള്ളത്. രാജ്യത്തെ 27 പവർ പ്ലാന്റുകളിൽ നിന്നായി 209.7 ബില്യൺ യൂണിറ്റ് വൈദ്യുതി ഉല്പാദിപ്പിക്കുന്നതിന് 209ൽ 191 ബില്യൺ ടൺ കാർബൺ വിസർജ്ജനം ചെയ്യേണ്ടതായിവന്നിട്ടുണ്ട്. ലോകത്തിലെ 90 വ്യവസായങ്ങൾ ചേർന്നതാണ് കാർബൺ വിസർജ്ജനത്തിന്റെ മൂന്നിൽ രണ്ടു ഭാഗവും 63 ശതമാനം അന്തരീക്ഷത്തിലെത്തിക്കുന്നത്. സ്വകാര്യ മേഖലയിലും പൊതുമേഖലയിലുമായി പ്രവർത്തിക്കുന്ന സ്ഥാപനങ്ങളിൽ ഇതിൽപ്പെടും. സൗദി അറേബ്യയിലെ ആരാംകൊ(Amramco) ബ്രിട്ടീഷ് പെട്രോളിയം കമ്പനി, ഷെൽനാഷണൽ ഇറാനിയൻ ഓയിൽ കമ്പനി, ഷെവ്റോൺ (Chevron) എക്സൽ മൊബിൽ തുടങ്ങിയ കമ്പനികൾ മാത്രം അഞ്ചിൽ ഒരു ഭാഗം കാർബൺ വിസർജ്ജനത്തിന് കാരണമായിട്ടുണ്ട്. എക്സൽ മൊബിൽ കമ്പനി രാജ്യത്തിന്റെ അറ്റോർണി ജനറലുമായി തമ്മിൽ ഗൂഢാലോചന നടത്തി പാരീസ് കരാറിനെ അട്ടിമറിക്കാനുള്ള ശ്രമവും നടന്നിട്ടുണ്ട്. ഇത്തരം ഇൻഡിവിജ്വൽ വൻ വ്യവസായങ്ങളെ ഉൾക്കൊള്ളിക്കാതെ കരാറിനു പുറത്തു നിർത്തിയത് സർക്കാരിന് അവ നടപ്പാക്കുന്നതിൽ ബുദ്ധിമുട്ടുണ്ടാക്കി. 78 മില്യൺ ടൺ കാർബൺ വ്യവസായം നടത്തുന്ന അമേരിക്കൻ ഇലക്ട്രിക് പവറും 108 മില്യനോളം കാർബൺ പുറത്തുവിടുന്ന

എ ഇ എസ് കോർപ്പറേഷനും കരാറിന് പുറത്താണ്. അതുകൊണ്ടുതന്നെ സർക്കാരിന് ഇവരെക്കൊണ്ട് വിസർജ്ജം കുറയ്ക്കുന്നതിന് നയപരമായ തീരുമാനമെടുത്ത് നടപ്പാക്കുന്നതിന് ബുദ്ധിമുട്ടനുഭവപ്പെടുന്നു. ഇവരെ നിയന്ത്രിക്കുന്നതിനുള്ള ഒരു കരാർ ആഗോളതലത്തിൽ രൂപപ്പെടുകയും ഇത്തരം അന്താരാഷ്ട്ര സംഘടനകൾ തന്നെ ഇവരെ നേരിട്ട് നിയന്ത്രിക്കുന്നതിനുള്ള അവസരം പാരീസ് കരാറിന് ഇല്ലാതെപോയത് നമ്മെ ആശങ്കപ്പെടുത്തുന്നുണ്ട്.

ഇന്ത്യയിലെ വൻ പവർ ജനറേറ്ററിങ് കമ്പനികൾ ഒന്നുംതന്നെ ആഗോള കരാറിന്റെ ഭാഗമായിട്ടില്ല. ഗതാഗത വ്യവസായം 28 ശതമാനത്തോളം കാർബൺ വിസർജ്ജനം നടത്തുന്നുണ്ട്. അതുപോലെതന്നെ അറ്റോമിക് പവർ പ്ലാന്റ്, എണ്ണക്കമ്പനികൾ തുടങ്ങിയവർ നടത്തുന്ന മലിനീകരണത്തിന് കടിഞ്ഞാണിടാൻ സ്വന്തം രാജ്യത്തിലെ സാമ്പത്തിക സ്വാതന്ത്ര്യം അനുവദിക്കുന്നില്ല.

അന്താരാഷ്ട്ര തലത്തിൽ ഇത്തരം കമ്പനികൾ നടത്തുന്ന കാർബൺ വിസർജ്ജനത്തിന് പരിധി നിർണ്ണയിക്കുകയാണ് വേണ്ടത്. ഇതിന് ഇന്റർനാഷണൽ കാർബൺ എമിഷൻ ലിമിറ്റിങ് എന്ന അന്താരാഷ്ട്ര സംഘടന രൂപീകരിച്ച് അതിലൂടെ കരാറുകൾ നടപ്പാക്കാൻ ശ്രമിക്കുമ്പോൾ മാത്രമേ ആഗോള ദൗത്യം പൂർണ്ണമായും നിറവേറ്റാൻ കഴിയൂ.

ഓരോ വ്യക്തികളും നടത്തുന്ന വിസർജ്ജനം പരിസ്ഥിതിയെ മലിനപ്പെടുത്തുന്നുണ്ട്. കാറുകൾ, മറ്റു മോട്ടോർ വാഹനങ്ങൾ ആവശ്യത്തിനും അനാവശ്യത്തിനും ഉപയോഗിക്കുന്നതിന്റെ ഫലമായി ഡൊമസ്റ്റിക് കാർബൺ എമിഷൻ 27 ശതമാനത്തോളം വർദ്ധിക്കുന്നുണ്ട് എന്നാണ് ഇ പി എ കണക്കാക്കിയിട്ടുള്ളത്. ഇതു നിയന്ത്രിക്കണം. ഇതിനു വേണ്ടി ഇൻഡിവിജ്വൽ കാർബൺ ഡെബിറ്റ് ലിമിറ്റ് (Individual Carbon debit Limit - ICDL) കൊണ്ടുവന്ന് ഓരോ വ്യക്തിക്കും പരമാവധി വിസർജ്ജനം നടത്താവുന്നതിന്റെ പരിധി തീരുമാനിക്കുന്ന സമ്പ്രദായം കാർബൺ വിസർജ്ജന നിയന്ത്രണത്തിന്റെ പ്രധാന ഭാഗമാണ്. ഓരോ വ്യക്തിക്കും പ്രകൃതിയിൽ അസന്തുലിതാവസ്ഥ ഉണ്ടാവാത്ത രീതിയിൽ കാർബൺ വിസർജ്ജിക്കുന്നതിന് യാതൊരു നിയന്ത്രണവും ഉണ്ടാവരുത്. എന്നാൽ ഈ ക്രിട്ടിക്കൽ ലിമിറ്റിനപ്പുറം വിസർജ്ജിക്കുന്ന കാർബൺ മിച്ചം വരുകയും അത് പരിസ്ഥിതിയെ ദോഷകരമായി ബാധിക്കുകയും ചെയ്യുന്നു. സ്വാഭാവികവും അനുവദനീയവുമായ കാർബൺ വിസർജ്ജന പരിധിക്കപ്പുറത്ത് ഉണ്ടാവുന്ന വിസർജ്ജനമാണ് ഐ സി ഡി എല്ലിൽ വരുന്നത്. കാർബൺ വിസർജ്ജിക്കുന്ന ഏതൊരു വസ്തു വാങ്ങുമ്പോഴും എ ടി എം കാർഡ് പോലെ ഡെബിറ്റ് ചെയ്യുന്ന സമ്പ്രദായമാണിത്. പണം ഉണ്ടെങ്കിൽ ആർക്കും എത്ര കാർ വാങ്ങാനും ജീപ്പ് വാങ്ങാനും സൗകര്യമുണ്ട്. എന്നാൽ ഈ സൗകര്യങ്ങൾ സമൂഹത്തിനും പരിസ്ഥിതിക്കും ദോഷം വരുത്താത്തതാണെങ്കിൽ നമുക്ക് ചോദ്യം ചെയ്യേണ്ട ആവശ്യമില്ല. എന്നാൽ ഡീസൽ, പെട്രോൾ തുടങ്ങിയവ കത്തി

ക്കുമ്പോൾ അന്തരീക്ഷത്തിലേക്ക് വന്നുപെടുന്ന കാർബൺ ഡയോക്സൈഡ് ശ്വസിക്കുന്ന സ്വന്തം രാജ്യത്തിലെ ജനങ്ങൾക്കു മാത്രമല്ല ലോകമാസകലം പാരിസ്ഥിതിക അസന്തുലിതാവസ്ഥ സൃഷ്ടിക്കുന്നതിന് കാരണമാവുന്നു. ഓരോ തവണ ഇന്ധനം വാങ്ങുമ്പോഴും അതിൽനിന്ന് വിസർജ്ജിക്കുന്ന കാർബണിന്റെ തോതനുസരിച്ച് കാർബൺ ഡെബിറ്റ് കാർഡിൽ ഡെബിറ്റ് ചെയ്യാം. കാലിഫോർണിയ അടക്കമുള്ള രാജ്യങ്ങളിൽ ഇവ ഇപ്പോഴും നിലവിലുണ്ട്. കേരളത്തിൽ ഓടിക്കുന്ന വാഹനങ്ങളുടെ 30 ശതമാനത്തോളം അനാവശ്യമായി ഉപയോഗിക്കുന്നു. മാത്രമല്ല, ഡൽഹി, ബോംബെ തുടങ്ങിയ സ്ഥലങ്ങളിൽനിന്നും സെക്കന്റ് ഹാന്റ് വാഹനങ്ങൾ വാങ്ങി റോഡുകളിൽ ഇറക്കുന്നതിനും മാലിന്യം വർദ്ധിക്കുന്നതിന് ഇടവരുത്തുന്നു. കാർബൺ ഡെബിറ്റ് സമ്പ്രദായം ഈയൊരു പ്രവണത കുറയ്ക്കും.

കാർബൺ വലിച്ചെടുത്ത് ഓക്സിജൻ പുറത്തുവിടുന്ന മരങ്ങളാണല്ലോ പരിസ്ഥിതി സന്തുലിതാവസ്ഥ പിടിച്ചു നിർത്തുന്നത്. ഈ മരങ്ങൾ നശിപ്പിക്കുമ്പോൾ കാർബണെ സംരക്ഷിക്കാനുള്ള പ്രകൃതിയുടെ കഴിവിനെയാണ് നാം നശിപ്പിക്കുന്നത്. സ്വകാര്യ ആവശ്യത്തിനുവേണ്ടി മരം മുറിച്ചു മാറ്റുമ്പോൾ അതുവഴി നമുക്ക് നഷ്ടപ്പെട്ടു പോയിട്ടുള്ള കാർബൺ സംഭരണ ശേഷിക്കനുസരിച്ച് ഐ സി ഡി കാർഡിൽ ഡെബിറ്റ് രേഖപ്പെടുത്തും. 25 വർഷം പഴക്കമുള്ള ഒരു മരം മുറിച്ചുമാറ്റുമ്പോൾ ഒരു വർഷം 480 ഐ ബി എസ് കാർബൺ ഡൈ ഓക്സൈഡ് സംഭരണ ശേഷിയുള്ള മരമാണ് നഷ്ടപ്പെടുന്നത്. അതുപോലെ 120 വർഷം പഴക്കമുള്ള മരം മുറിച്ചുമാറ്റുമ്പോൾ ഒരു വർഷം 1066 ഐ ബി എസ് കാർബൺ സംഭരണ ശേഷിയാണ് നമുക്ക് നഷ്ടപ്പെട്ടുപോകുന്നത്. ഇതുപോലെതന്നെ 25 വർഷം പഴക്കമുള്ള 700 ഓളം മരങ്ങൾ വളരുന്ന ഒരേക്കർ സ്ഥലം നശിപ്പിക്കുമ്പോൾ ഒരു വർഷം 9826 ഐ ബി എസ് കാർബൺ സംരക്ഷണ ശേഷി നഷ്ടപ്പെട്ടുപോകുന്നതായി ഇ പി എ കണക്കുകൂട്ടിയിട്ടുണ്ട്. വ്യവസായ ആവശ്യത്തിനോ മറ്റോ ഇത്തരം മരങ്ങൾ നശിപ്പിക്കുമ്പോൾ നഷ്ടപ്പെട്ട കാർബൺ സംഭരണമൂല്യത്തിന് തുല്യമായി കാർബൺ ഡെബിറ്റ് കാർഡിൽ രേഖപ്പെടുത്താനുള്ള സംവിധാനമുണ്ടാകണം.

വ്യക്തിഗത ഡെബിറ്റ് കാർഡുകൾ പോലെത്തന്നെ ഒരുപക്ഷേ, അതിൽക്കൂടുതൽ പ്രധാനപ്പെട്ടതാണ് പൊതു കാർബൺ ഡെബിറ്റ് കാർഡ് (General Carbon Debit card - GCDC). പബ്ലിക് യൂട്ടിലിറ്റി സർവ്വീസുകൾക്കും പൊതുഗതാഗതം, വ്യവസായങ്ങൾ, വൈദ്യുതി ഉല്പാദന കമ്പനികൾ പരമാവധി വിസർജ്ജന പരിധി നിർണ്ണയിച്ച് ഡെബിറ്റ് കാർഡ് നല്കുന്ന സമ്പ്രദായമാണിത്. ഇത്തരത്തിലുള്ള സർക്കാർ നിയന്ത്രണ അല്ലെങ്കിൽ സ്വകാര്യ നിയന്ത്രണത്തിലുള്ള വൻ വ്യവസായങ്ങൾ ഒന്നുംതന്നെ ആഗോള കരാറിന്റെ ഭാഗമാകാതെ വന്നത് കാർബൺ വിസർജ്ജനം വർദ്ധിക്കുന്നതിന് ഇടവരുത്തി.

ഇന്ത്യയുടെ പബ്ലിക് യൂട്ടിലിറ്റി സർവ്വീസുക(62 എണ്ണം)ളിൽ 2013 ൽ മാത്രം 155 മില്യൺ ടൺ കാർബൺ വിസർജ്ജനം രേഖപ്പെടുത്തിയിട്ടുണ്ട്. മൂന്നു വർഷംകൊണ്ട് അതായത് 2016 ഡിസംബർ ആയപ്പോഴേക്ക് 165 മില്യൺ ടൺ കാർബണായി വർദ്ധിച്ചത് ആഗോള കരാർ ഇവരെയൊന്നും ബാധിക്കാത്തതുകൊണ്ടാണ്. സെൻട്രൽ ഇലക്ട്രിസിറ്റി അതോറിറ്റിയുടെ കണക്കുപ്രകാരം 1000 യൂണിറ്റ് വൈദ്യുതി ഉല്പാദിപ്പിക്കുന്നതിന് 0.82 ടൺ (മെഗാവാട്ട് പവർ) കാർബൺ പുറന്തള്ളപ്പെടുന്നുണ്ട്. ഇതിനു തൊട്ടുമുമ്പത്തെ വർഷത്തേതിനേക്കാൾ 2015 (നെ അപേക്ഷിച്ച്) നാലു ശതമാനം കൂടുതലാണിത്. മുകളിൽ പറഞ്ഞതെല്ലാംതന്നെ വൈദ്യുത ഉല്പാദന വേളയിൽ മാത്രം നാം സ്വീകരിച്ചിട്ടുള്ള കാർബണാണ്. ഉപഭോഗ വേളയിലും ഉല്പാദിപ്പിക്കപ്പെടുന്ന കാർബണും കൂടി കണക്കിലെടുത്താൽ മാത്രമേ യഥാർത്ഥത്തിലുള്ള ഒരു യൂണിറ്റ് വൈദ്യുതി ഉല്പാദിപ്പിക്കുമ്പോൾ ഭൂമിക്ക് ഏല്ക്കുന്ന ആഘാതം തിരിച്ചറിയാൻ കഴിയൂ. നമ്മുടെ കേരള ഇലക്ട്രിസിറ്റി ബോർഡ് വൻതോതിൽ ഹൈഡ്രോ ഇലക്ട്രിക് പ്രോജക്ടുകൾ ഉണ്ടാക്കുന്നതിനുവേണ്ടി കാടുകളും പുഴകളും നശിപ്പിക്കുന്നുണ്ട്. ഇലക്ട്രിസിറ്റി ബോർഡിന് പരമാവധി ഡെബിറ്റ് ചെയ്യാവുന്ന കാർബണിന്റെ അളവ് അന്താരാഷ്ട്ര എമിഷിങ് ലിമിറ്റ് ഓർഗനൈസേഷൻ തിട്ടപ്പെടുത്തുകയാണെങ്കിൽ കൂടുതൽ കാർബൺ ഡെബിറ്റ് ചെയ്യും എന്നതുകൊണ്ട് തന്നെ പുതിയ ഹൈഡ്രോ പ്രോജക്ടുകൾക്ക് ഊന്നൽ നല്കില്ല. ഇത്തരം പബ്ലിക് യൂട്ടിലിറ്റി സർവ്വീസ് തുടങ്ങുമ്പോൾ നശിപ്പിക്കപ്പെടുന്ന കാടുകൾ, പുഴകൾ, തോടുകൾ, കുന്നുകൾ പ്രസ്തുത രാജ്യത്തെ മാത്രമല്ല ലോകത്തിലെ പരിസ്ഥിതിതന്നെ തകിടം മറിക്കുന്നതിനാൽ ആഗോള പരിസ്ഥിതി സംഘടനകൾക്ക് ഇത്തരം പ്രശ്നങ്ങളിൽ ഇടപെടുന്നതിന് അവകാശമായിരിക്കണം അന്താരാഷ്ട്ര കരാർ വഴി ഇവർക്ക് നല്കേണ്ടത്. ആതിരപ്പള്ളിയിലെ വൻ കാർബൺ സംഭരണശേഷിയുള്ള മരങ്ങൾ വെട്ടിമാറ്റിയാൽ മാത്രമേ അവിടെ ഒരു ഹൈഡ്രോ ഇലക്ട്രിസിറ്റി പ്രോജക്ട് സ്ഥാപിക്കാൻ കഴിയൂ. 130 ഹെക്ടറോളം ജൈവവൈവിദ്ധ്യമുള്ള ആതിരപ്പള്ളിയിലെ ജൈവവ്യവസ്ഥ നശിപ്പിച്ചാൽ നമുക്ക് കിട്ടുന്നത് 163 മെഗാവാട്ട് വൈദ്യുതി മാത്രമാണ്. 130 ഹെക്ടർ മരം നശിപ്പിക്കുന്നതോടുകൂടി ഒരു ഹെക്ടറിന് 9286 ഐ ബി എസ് കാർബൺ സംഭരണശേഷി നഷ്ടപ്പെടുമ്പോൾ 130 ഹെക്ടറിന് 1207180 ഐ ബി എസ് കാർബൺ സംരക്ഷണ വലയം നഷ്ടപ്പെടും. ഇത് ജനറൽ ഡെബിറ്റ് കാർഡിൽ രേഖപ്പെടുത്തുന്ന നിയമ സംവിധാനം ഉണ്ടെങ്കിൽ ഒരു കാരണവശാലും ആതിരപ്പള്ളിയെ നശിപ്പിച്ച് ജലവൈദ്യുതി ഉല്പാദിപ്പിക്കില്ല.

പരിസ്ഥിതി വിരുദ്ധ പ്രവർത്തനം കാർബൺ ഡെബിറ്റ് ചെയ്യുമ്പോൾ പരിസ്ഥിതി സംരക്ഷണ പ്രവർത്തനം കാർബൺ ക്രെഡിറ്റ് ചെയ്യുകയാണ് ചെയ്യുന്നത്. ഏറ്റവും കൂടുതൽ കാർബൺ വലിച്ചെടുക്കുന്ന തേക്ക് 7000 എണ്ണം ഒരു ഹെക്ടറിൽ നട്ടുപിടിപ്പിച്ചാൽ 4.70 ലക്ഷം ടൺ

കാർബൺ സംരക്ഷിക്കാൻ (നിർവ്വീര്യമാക്കാൻ) കഴിവുള്ള ഹരിത ജൈവ വൈവിദ്ധ്യമായിരിക്കും ഉണ്ടാവുക. ട്രോപ്പിക്കൽ പ്രദേശത്ത് ഒരു മരം 50 പൗണ്ട് കാർബൺ ഒരു വർഷത്തിൽ വലിച്ചെടുക്കും. ശരാശരി രണ്ടു വർഷം വളർച്ചയെത്തിയ ഒരു ട്രോപ്പിക്കൽ പ്രദേശത്തെ 25 ഓളം മരങ്ങൾ ചേർന്നാൽ 1960 ഐ ബി എസ് കാർബൺ വലിച്ചെടുക്കും. കാർബൺ നിർവ്വീര്യമാക്കുന്ന ജൈവവൈവിദ്ധ്യം വർദ്ധിക്കുന്നതനുസരിച്ച് കാർബൺ ഡെബിറ്റ് കാർഡിൽ കാർബൺ ക്രെഡിറ്റ് രേഖപ്പെടുത്തുമ്പോൾ വീണ്ടും കാർബൺ വിസർജ്ജിക്കാനുള്ള അവകാശം വന്നുചേരുകയാണ്. അതായത് മരങ്ങൾ നട്ടുപിടിപ്പിക്കുന്നതിനനുസരിച്ച് വീണ്ടും കാർബൺ വിസർജ്ജിക്കുന്നതിനുള്ള അവകാശം വരുന്നതോടുകൂടി രണ്ടും സന്തുലിതമായ അവസ്ഥയിലേക്ക് നീങ്ങിക്കൊണ്ടിരിക്കും. കാർബൺ ഡെബിറ്റിനനുസരിച്ച് കാർബൺ ക്രെഡിറ്റുമുണ്ടായിരിക്കുമ്പോൾ നെറ്റ് കാർബൺ ഇംപാക്ട് ശൂന്യമായിരിക്കും. ഭൂട്ടാൻ ആളോഹരി കാർബൺ വിസർജ്ജനം ഏകദേശം ഇന്ത്യക്ക് തുല്യമാണ്. എന്നിട്ടുപോലും ഭൂട്ടാൻ കാർബൺ ന്യൂട്രൽ രാജ്യമായി മാറിയത് കാർബൺ വിസർജ്ജനത്തിനനുസരിച്ച് ജൈവവൈവിദ്ധ്യം രൂപപ്പെടുത്താൻ കഴിഞ്ഞു എന്നതുകൊണ്ട് മാത്രമാണ്.

കാലാവസ്ഥാ കരാറിൽ വ്യക്തികളുടെയോ സംഘടനകളുടെയോ പ്രാതിനിധ്യം ഉറപ്പുവരുത്തിയാൽ നിലവിലുള്ള ആഗോള കാലാവസ്ഥാ കരാർ മാത്രം മതി പ്രകൃതിയെ സന്തുലിതാവസ്ഥയിലെത്തിക്കാൻ. കാർബൺ ഡെബിറ്റ് കാർഡ് സമ്പ്രദായം കൂടുതൽ മരങ്ങളെ വെച്ചുപിടിപ്പിക്കാൻ പ്രേരിപ്പിക്കുകയും ആവശ്യത്തിന് മുറിച്ചുമാറ്റപ്പെടുന്ന മരങ്ങൾക്കനുസരിച്ച് പുതിയ ജൈവവൈവിദ്ധ്യം ഉണ്ടാക്കുന്നതിനുള്ള നിയമബാദ്ധ്യത വരുന്നതോടുകൂടി പരിസ്ഥിതി സന്തുലിതാവസ്ഥ നിലനിർത്താൻ കഴിയും എന്ന് ഓർമ്മിപ്പിക്കുന്നതാവട്ടെ ഈ പരിസ്ഥിതി ദിനം.

ശുദ്ധവായു മനുഷ്യന്റെ ജന്മാവകാശം

ആഗോളതാപനില സമാനതകളില്ലാത്തവിധം വർദ്ധിച്ചുവരികയാണ്. 2015-16 കാലയളവിൽ മാത്രം ഭൗമതാപനിരക്ക് 0.04 ഡിഗ്രി സെൽഷ്യസ് (0.07 ഫാരൻഹീറ്റ്) വരെ ഉയർന്നു. 2016 ചരിത്രത്തിലെ ഏറ്റവും ഉഷ്ണം കൂടിയ വർഷമായി രേഖപ്പെടുത്തുകയും ചെയ്തു. 1900 ത്തിന് ശേഷം പ്രത്യേകിച്ചും ആഗോളവല്ക്കരണ കാലത്താണ് ഭൗമ താപനം ഇത്രമേൽ വഷളായിത്തുടങ്ങിയത്. അന്തരീക്ഷ താപവർദ്ധനവിന് ഇടയാക്കുന്ന കാർബണിന്റെ വർദ്ധനവാണ് പരിസ്ഥിതിയെ ഇത്രകണ്ട് വഷളാക്കിയത്. 1900 ത്തിന് ശേഷം 125 മില്യൺ കാർബണായിരുന്നത് 2016 ഡിസംബറാകുമ്പോഴേക്കും 1468 മില്യൺ ടണ്ണായി വർദ്ധിച്ചു അന്തരീക്ഷത്തിലെ കാർബണിന്റെ അളവ് 380 പി പി എമ്മിൽനിന്നും 410 പി പി എം ആയി വർദ്ധിച്ചത് വളരെ ചുരുങ്ങിയ കാലത്തിനുള്ളിലാണ്. ഇതിന് രണ്ട് കാരണങ്ങളുണ്ട്. ഒന്ന് കാർബണിനെ ഏറ്റവും കൂടുതൽ വലിച്ചെടുക്കുന്ന ജൈവവൈവിദ്ധ്യങ്ങളുടെയും കാടുകളുടെയും നാശം. രണ്ട് അന്തരീക്ഷത്തിൽ ഉയർന്നുപൊന്തുന്ന സൂക്ഷ്മ പൊടിപടലങ്ങളും കാർബണും മറ്റ് ഹരിതവാതകങ്ങളുടെയും അമിത സാന്നിദ്ധ്യം. കാർബൺ വലിച്ചെടുത്ത് ഓക്സിജൻ പുറന്തള്ളുന്നതാണ് മരങ്ങൾ. ഈ മരങ്ങൾ സ്വകാര്യ ആവശ്യത്തിനുവേണ്ടി മുറിച്ചു മാറ്റുമ്പോൾ നമുക്ക് നഷ്ടപ്പെടുന്നത് വ്യവസായങ്ങളിൽനിന്നും പുറന്തള്ളുന്ന കാർബണിനെ സംരക്ഷിച്ചുവെക്കുകയും നിർവ്വീര്യമാക്കുകയും ചെയ്യുന്ന പ്രകൃതിയുടെ സമ്പത്തിനെയാണ്. ഓരോ വർഷവും 1200 ഏക്കറോളം വനഭൂമി നമുക്ക് നഷ്ടപ്പെടുന്നുണ്ട്. 25 വർഷം പഴക്കമുള്ള ഒരു മരം നാം മുറിച്ചു മാറ്റുമ്പോൾ ഒരു വർഷം 480 ഐ ബി എസ് കാർബൺ സംരക്ഷിക്കുന്നതിനുള്ള മരമാണ്. അതുപോലെ 120 വർഷം പഴക്കമുള്ള മരങ്ങൾ മുറിച്ചു

മാറ്റുമ്പോൾ ഒരു വർഷം 1066 ഐ ബി എസ് കാർബൺ സംഭരണശേഷിയുള്ള മരങ്ങളാണ് നഷ്ടപ്പെടുന്നത്. മുറിച്ചു മാറ്റുമ്പോൾ മാത്രമല്ല, അന്തരീക്ഷത്തിൽ വരുന്ന കാർബൺ ഡൈ ഓക്സൈഡിന്റെ വ്യാപനം, മരങ്ങളുടെ ആയുസ്സ് പകുതിയായി ചുരുങ്ങുകയും കാർബണെ വലിച്ചെടുക്കുന്ന പ്രകൃതിയുടെ തനത് സൃഷ്ടി നമുക്ക് നഷ്ടപ്പെടുകയും ചെയ്യുന്നു.

1900 ത്തിന് ശേഷം 69 ജീവികളോളം ഭൂമിയിൽനിന്ന് അപ്രത്യക്ഷമാവുകയും ഏകദേശം 400 ൽപ്പരം നട്ടെല്ലുള്ള ജീവികളും ഭൂമിയുടെ അസ്ഥിരമായ കാലാവസ്ഥയും ഉയർന്ന കാർബണുംമൂലം ജീവിത ചക്രത്തെ ഇത് പ്രതികൂലമായി ബാധിക്കുകയും കാലക്രമേണ ജീവികൾ അപ്രത്യക്ഷമാവുകയും ചെയ്യുന്നു. അമിതമായ കാർബൺ 20 മുതൽ 100 ഇരട്ടിവരെ വേഗത്തിൽ ഭൂമിയിലെ ജീവനെ നഷ്ടപ്പെടുത്തിക്കൊണ്ടിരിക്കുകയാണെന്ന് സ്റ്റോഫോർഡ് യൂണിവേഴ്സിറ്റിയിലെ പോൾ എരിക്സ് നടത്തിയ പഠനത്തിൽ പറയുന്നു. ഭൂമിയിൽ കാർബണിന്റെ അംശം കൂടുന്നതനുസരിച്ച് ജീവി വർഗ്ഗത്തിന്റെ ജൈവ ഘടനയിൽ മാറ്റം വരുന്നു. ഇത് ചെറിയ തോതിൽ വർദ്ധിക്കുകയാണെങ്കിൽ ജീവി വർഗ്ഗം തന്നെ സ്വയം അവയെ ഉൾക്കൊള്ളാവുന്ന രീതിയിൽ ശരീരത്തിൽ മാറ്റം വരുത്താൻ കഴിയുകയും പുതുതായി വന്നുചേർന്ന മാറ്റത്തോട് ഇണങ്ങിച്ചേരുകയും ചെയ്യും. എന്നാൽ നിലവിലുള്ള കാർബൺ വിസർജ്ജനം ശരീരത്തിന് ഉൾക്കൊള്ളാൻ പറ്റുന്നതിലും 100 മുതൽ 200% വരെ കൂടുതലായതിനാൽ ഇവയോട് പൊരുത്തപ്പെടാൻ കഴിയാതെ ജീവി വർഗ്ഗം ക്രമേണ ഭൂമിയിൽനിന്ന് അപ്രത്യക്ഷമാകുന്ന സ്ഥിതിവിശേഷം വന്നു ചേർന്നു. മനുഷ്യനടക്കമുള്ള ഉന്നതതല ജീവികൾ നേരിടുന്ന പ്രതിസന്ധിയാണിത്. 1900 മുതൽ 2000 വരെയുള്ള തീവ്രവ്യവസായ വാണിജ്യവല്കരണ കാലത്ത് വികസിത രാജ്യങ്ങൾ പുറന്തള്ളിയ കാർബണിന്റെ അളവ് നോക്കുമ്പോൾ 28.8% (3,14,722 മില്യൺ മെട്രിക് ടൺ) പുറന്തള്ളിയ അമേരിക്കയും 9 ശതമാനം (89,243 മില്യൺ മെട്രിക് ടൺ) വിസർജ്ജനം ചെയ്ത ചൈനയും തൊട്ടടുത്തുണ്ട്. മൊത്തം 10 വ്യവസായവല്കൃത രാജ്യങ്ങൾ മൊത്തം കാർബൺ വിസർജ്ജനത്തിന്റെ 79% പുറന്തള്ളുന്നത്. ഭൂമിയുടെ ഇന്നത്തെ കാലാവസ്ഥാ വ്യതിയാനമടക്കമുള്ള പ്രകൃതി ദുരന്തത്തിന്റെ കാരണം ഈ രാജ്യങ്ങൾ മാത്രമാണ് എന്നുവേണം കരുതാൻ.

വായുവിലൂടെ സഞ്ചരിക്കുന്ന ഇത്തരം വാതകങ്ങൾ വായുവിന്റെ ചലന നിയമം അനുസരിച്ച് നീങ്ങുന്നതുകൊണ്ടാണ് ഭൂമിയിലെ എല്ലാ ചരാചരങ്ങൾക്കും പരിസ്ഥിതി അസന്തുലിതാവസ്ഥ കൊണ്ടുണ്ടാകുന്നത്. മലിനവും കൂടുതൽ സാന്ദ്രതയുള്ളതുമായ വായുമണ്ഡലത്തിൽനിന്നും ഏറ്റവും സാന്ദ്രത കുറഞ്ഞ വായു മണ്ഡലത്തിലേക്കോ രാജ്യങ്ങളിലേക്കോ ഇവ ക്രമേണ സഞ്ചരിക്കുകയും ഒന്നോ രണ്ടോ രാജ്യങ്ങൾ മാത്രം വിസർജ്ജിച്ച എല്ലാ വിഷലിപ്ത വാതകങ്ങളും മറ്റ് രാജ്യങ്ങളിലേക്ക് എത്തിപ്പെടുന്നു. ഇവ വായുവിലൂടെ മാത്രമല്ല, ജലത്തിലൂടെയും

പ്രത്യേകിച്ചും സമുദ്രത്തിലൂടെ ഇത്തരം വാതകങ്ങൾ സഞ്ചരിച്ച് വായു മലിനീകരണം തീരെയില്ലാത്ത ആർട്ടിക് തീരത്ത് മഞ്ഞുമലകളെ ഉരുക്കുന്നതിനും അതുവഴി സമുദ്രനിരപ്പ് ഉയരുന്നതിനും ഇടയായിത്തീരുന്നു. പരിസ്ഥിതി മലിനീകരണംമൂലമുണ്ടാകുന്ന കാർബൺ ഡൈ ഓക്സൈഡ് തുടങ്ങിയ ഹരിത വാതകങ്ങൾ ഇത്തരം വൻകിട രാജ്യങ്ങളിൽനിന്ന് ഓരോ നിമിഷവും നമ്മുടെ കടലിൽ പതിക്കുന്നു. ഹിരോഷിമയിൽ നാശം വിതച്ച 12 ആറ്റംബോംബിന് തുല്യമായ ഊർജ്ജം ഓരോ നിമിഷവും നമ്മുടെ കടലിൽ പതിക്കുന്നു. രാജ്യങ്ങൾ പുറന്തള്ളുന്ന മൊത്തം കാർബൺ ഡൈ ഓക്സൈഡിന്റെ 30 ശതമാനം കടലിൽ പതിക്കുന്നുണ്ടെങ്കിലും അവ നമുക്കൊരു ഡിസ്ക്കൗണ്ടായി കാണാൻ കഴിയില്ല. കാരണം, കടലിൽ എത്തിച്ചേരുന്ന ഈ വാതകങ്ങൾ ആർട്ടിക് തീരത്തെത്തി മഞ്ഞുപാളികളെ ഉരുക്കുകയും കടലിൽ ജലനിരപ്പ് വർദ്ധിപ്പിച്ച് ദ്വീപുകളെ ഭീഷണിയിലാക്കുകയും ചെയ്യുന്നു. മാത്രമല്ല ഇത്തരം വാതകങ്ങൾ കടലിൽനിന്നും അതിന് മുകളിലുള്ള അന്തരീക്ഷ വായുവിനെ ചൂടുപിടിപ്പിക്കുകയും എൽനിനോ കാറ്റുകളായി തീരപ്രദേശത്തേക്ക് ആഞ്ഞടിക്കുകയും ചെയ്യുന്നത് ഭൂമിയിലെ ജീവജാലങ്ങൾക്ക് ഭീഷണിയാണ്. 2008 ൽ മാത്രമായി 10 എൽനിനോ പ്രവാഹങ്ങളുണ്ടായത് ചരിത്രത്തിൽ ആദ്യമായാണ്. തമിഴ്നാട്ടിലെ ചെന്നൈയിലുണ്ടായ കൊടും വെള്ളപ്പൊക്കവും നിരന്തര മഴയും ബംഗാൾ ഉൾക്കടലിൽ രൂപപ്പെട്ടിട്ടുള്ള എൽനിനോവിന്റെ ഫലമായിട്ടാണെന്നുള്ളത് കേരളത്തിലുള്ള നമ്മളെ ആശങ്കപ്പെടുത്തുന്നു.

അന്തരീക്ഷത്തിൽ തങ്ങി നില്ക്കുന്ന സൂക്ഷ്മ പൊടിപടലങ്ങളും കാർബൺ ഡൈ ഓക്സൈഡും മറ്റ് ഹരിതവാതകങ്ങളും ചേർത്ത് സൂര്യനിൽനിന്ന് വരുന്ന ചൂടിനെ ആഗിരണം ചെയ്യുകയും അവ ഭൂമിയിൽ തന്നെ പിടിച്ച് നിർത്തുകയും ചെയ്ത് ഭൂമിയുടെ ജലചക്രത്തിലും മാറ്റം വരുത്തുന്നതാണ് ആഗോളതാപനമെന്ന് സാധാരണയായി പറയാറുണ്ട്. നാം ശ്വസിക്കുന്ന വായുവിൽ കോടിക്കണക്കിന് ധൂമങ്ങൾ ഒരുമിച്ച് ചേർന്ന് അവ കൂടുതൽ ഘനമുള്ളതാവുകയും അന്തരീക്ഷത്തിൽ തങ്ങിനിന്ന് സൂര്യപ്രകാശത്തെ വലിച്ചെടുത്ത് ഭൂമിയെ ചൂടാക്കുകയും ചെയ്യുന്നു. എന്നാൽ വളരെ സൂക്ഷ്മമായ പൊടിപടലങ്ങൾ അന്തരീക്ഷവായുവുമായി ചേർന്ന് നമ്മുടെ ശ്വാസകോശത്തിലൂടെ ശരീരത്തിലേക്ക് പ്രവേശിക്കുകയും ശരീരത്തിന്റെ ജൈവപ്രവർത്തനങ്ങളെ താറുമാറാക്കുകയും ചെയ്യുന്നു. ഇതാണ് ഇന്നു വർദ്ധിച്ചുവരുന്ന താപപ്രതിഭാസത്തിന് കാരണം. ലോകത്തിന്റെ പ്രധാന ഭാഗങ്ങളിലെല്ലാം തന്നെ ഭയാനകമാം വിധത്തിൽ ഉഷ്ണം വർദ്ധിച്ചുവരികയാണ്. നാലാം ഐ പി സി സി റിപ്പോർട്ടിനനുസരിച്ച് കഴിഞ്ഞ 12 മാസത്തിൽ 10 മാസവും ഏറ്റവും താപനില കൂടുതലുള്ള മാസങ്ങളായി മാറുകയും ചരിത്രം രേഖപ്പെടുത്താൻ തുടങ്ങിയതിനുശേഷം ലോകത്തിലെ ഏറ്റവും താപം കൂടിയ വർഷമായി 2015 മാറുകയുംചെയ്തു. 2014 ലെ ഉഷ്ണത്തേക്കാൾ 2015 ൽ 20 ശതമാനം

വർദ്ധിക്കുകയും ആഗോളതാപനനിരക്ക് 2 ഡിഗ്രി സെൽഷ്യസിലെത്തി നില്ക്കുകയും ചെയ്തു. അതായത് ഈ ഗ്രഹത്തിന്റെ ചൂട് 1.6 ഡിഗ്രി ഫാരൻഹീറ്റ് ആയി വർദ്ധിച്ച് ഭൂമിയുടെ മൊത്തത്തിലുള്ള ജൈവീക പ്രവർത്തനങ്ങൾക്ക് മാറ്റം വരുകയും ആഗോള ജലപരിക്രമണത്തിൽ വേഗത കൂടുകയും ഭൂമിയിൽ വർഷപാതം കുറയുകയും ചെയ്തു. ഈയൊരവസ്ഥയ്ക്ക് കാരണമെന്താണ് എന്നതാണ് നമ്മുടെ പ്രധാന വിഷയം. ഭൂമിയെ രക്ഷിക്കാൻ ഏറ്റവും കൂടുതൽ മലിനമാക്കപ്പെടുന്ന രാജ്യങ്ങൾ ആനുപാതികമായി ബഹിർഗമനം കുറയ്ക്കണമെന്ന നയത്തോട് അവസാനം യോജിക്കേണ്ടതായും വന്നു. ഇന്നത്തെ രീതിയിലുള്ള വായുമലിനീകരണം തുടർന്നാൽ ഗ്രീൻലാന്റ് തുടങ്ങിയ ദ്വീപ സമൂഹങ്ങൾ 2030 ന് ശേഷം 35 ശതമാനവും വെള്ളത്തിനടിയിലാകും. ഒരു തരത്തിലും കാർബൺ വിസർജ്ജനത്തിന്റെ ഒരു ശതമാനം പോലും സംഭാവന ചെയ്യാത്ത വികസ്വര രാഷ്ട്രങ്ങൾ മലിനീകരണ പ്രേരിത രോഗങ്ങൾക്ക് അടിമയാവുകയും കാലാവസ്ഥാ വ്യതിയാന ഫലമായുണ്ടാകുന്ന നാശനഷ്ടങ്ങൾക്ക് കൂടുതൽ ഇരയായിത്തീരുകയും ചെയ്യുന്നത് ഇ എസ് പി പ്രഭാവംമൂലമാണ്.

ഇങ്ങനെ കടൽ വഴിയും കര വഴിയും മലിനവാതകങ്ങൾ സഞ്ചരിച്ച് ചെറുകിട രാജ്യങ്ങളിലെ കാലാവസ്ഥാ വ്യതിയാനത്തിന് ഇടവരുത്തുകയും അതുവഴി ആരോഗ്യം, ജലസമ്പത്ത് തുടങ്ങിയ രംഗങ്ങളിൽ ശക്തമായ നെഗറ്റീവ് ഇംപാക്ട് ഉണ്ടാക്കുന്ന പ്രതിഭാസത്തെ എക്സ്ടേണൽ എഫക്ട് ഓഫ് സർപ്ലസ് പൊല്യൂഷൻ (ഇ എസ് പി) പ്രഭാവം എന്നു പറയാറ്. വികസ്വര രാജ്യങ്ങളിൽ വന്നിട്ടുള്ള അമിതമായ മലിനവായു ചലിക്കുന്നതോടുകൂടി ഇതിന്റെ ദൂഷ്യഫലങ്ങൾ വായുമലിനീകരണമില്ലാത്ത ചെറുകിട രാജ്യങ്ങളിലെ ജനങ്ങളുടെ ജീവിതത്തെ ബാധിക്കുന്നതുകൊണ്ടാണ് വൻ വ്യവസായ രാജ്യങ്ങൾ മലിനീകരണം നിർത്തണം എന്ന് പാരീസ് ഉച്ചകോടിയിൽ വിവിധ രാഷ്ട്രങ്ങൾ ഏകസ്വരത്തോടെ ഉന്നയിച്ചത് കഴിഞ്ഞ 100 വർഷങ്ങളായി 35 ബില്യൺ മെട്രിക് ടൺ കാർബൺ ഓക്സൈഡ് ഒരു വർഷം പുറത്തേക്കുവരുന്നുണ്ട്. ഇവ ഭൂമിയിലെ എല്ലാ ജീവജാലങ്ങളെയും പ്രതികൂലമായി ബാധിച്ച ശേഷം 30 ശതമാനം കടലിൽ പോയി ലയിക്കുകയും ചെയ്യുന്നു. ഇങ്ങനെ കടലിൽ ലയിച്ചിട്ടുള്ള വാതകങ്ങളെക്കൊണ്ട് നമുക്കൊരു നേട്ടമാണ് ഉണ്ടാകുന്നതെന്ന് ചിന്തിക്കാൻ വയ്യ. അതായത് അത്തരം വാതകങ്ങളെക്കൊണ്ട് ഭൂമിക്ക് യാതൊരു അപകടവും ഉണ്ടാവുന്നില്ല എന്നുള്ള ധാരണ തെറ്റാണ്. കടലിൽ ഇത്തരം വാതകങ്ങൾ അടിഞ്ഞുകൂടുകയും കടലിലെ അമ്ലശേഷി കുറച്ച് മീനുകൾക്കും മറ്റ് ജൈവവസ്തുക്കൾക്കും ജീവിക്കാൻ പറ്റാത്ത അവസ്ഥ വരികയും ക്രമേണ ഭൂമിയിൽനിന്ന് അവ അപ്രത്യക്ഷമാവുന്ന അവസ്ഥ വരികയും ചെയ്യുന്നു. ചെറുമീനുകളെയും ബാധിച്ച് അവ ആദ്യം ചത്തുപോവുകയും അതിനുശേഷം ഇവയെ ഭക്ഷണമാക്കി ഉപയോഗിക്കുന്ന ജീവി വർഗ്ഗം നിലനില്ക്കാൻ കഴിയാതാവുകയും ചെയ്യുന്നതോ

ടുകൂടി കടലിലെ ജൈവവ്യവസ്ഥ തകിടം മറിയുന്നു. കടലിൽ നിക്ഷേപിക്കപ്പെടുന്ന കാർബൺ ഡൈ ഓക്സൈഡ് സൂര്യതാപമേറ്റ് വീണ്ടും കടലിന് മുകളിലേക്ക് വരികയും കടൽ പരപ്പിൽ മർദ്ദവ്യത്യാസമുണ്ടാക്കി എൽനിനോ പോലുള്ള മാരകമായിട്ടുള്ള കാറ്റുകൾക്ക് രൂപം നല്കുകയും ചെയ്യുന്നു. 2013 ൽ ഉണ്ടായിട്ടുള്ള കാലാവസ്ഥാ വ്യതിയാനവും ചൈന, ജപ്പാൻ, തെക്കൻ കൊറിയ, ഇന്ത്യ തുടങ്ങിയ രാജ്യങ്ങളിൽ ആഞ്ഞുവീശിയിട്ടുള്ള ഉഷ്ണക്കാറ്റും ഈ എൽനിനോ പ്രഭാവമാണെന്നാണ് പറയപ്പെടുന്നത്. ഇ എസ് പി പ്രഭാവം ഭൂമിയെ അതിന്റെ ആസന്നമായ നാശത്തിലേക്ക് നയിക്കുന്നതെന്ന് ഇത്തരം രാജ്യങ്ങളിലെ പ്രതിനിധികൾ തിരിച്ചറിഞ്ഞു.

ഓരോ രാജ്യവും തങ്ങളുടെ രാജ്യം നെഗറ്റീവ് കാർബൺ ഇംപാക്ട് ഉള്ള രാജ്യമാക്കി തീർക്കുന്നതിന് വേണ്ടി കുട്ടികളെയും മറ്റു സന്നദ്ധ സംഘടനകളെയും ഉൾപ്പെടുത്തി സഹായത്തോടുകൂടി കൂടുതൽ വൃക്ഷത്തൈകൾ നട്ടുപിടിപ്പിക്കുന്നതിനും തയ്യാറാവണം. ഇത്തരം പ്രകൃതി സംരക്ഷണം ഏർപ്പെട്ടിരിക്കുന്ന വിദ്യാർത്ഥികൾക്ക് പഠനത്തിൽ ഗ്രേയ്സ് മാർക്ക് നല്കി കൂടുതൽ പ്രോത്സാഹനം കൊടുക്കാവുന്നതാണ്. ലോകത്തിലെ ഏറ്റവും പ്രകൃതി സൗഹാർദ്ദ രാജ്യമാണ് ഭൂട്ടാൻ. അവിടത്തെ രാജ്ഞിയുടെ ജന്മദിനത്തിൽ ഒരു ലക്ഷത്തി എട്ടായിരത്തോളം മരങ്ങൾ വെച്ചു പിടിപ്പിച്ചു. ഇന്ന് ലോകത്തിലെ പ്രധാന കാർബൺ നെഗറ്റീവ് രാജ്യമായി മാറിയിരിക്കുകയാണ് ഭൂട്ടാൻ. വിദ്യാഭ്യാസ സ്ഥാപനങ്ങളിൽ പ്രകൃതി സംരക്ഷണം ഒരു പാഠ്യവിഷയം തന്നെയാണ്. പുതിയ തലമുറയിൽ പ്രകൃതി സംരക്ഷണം ശീലം വികസിപ്പിച്ചെടുത്താൽ ഒരു പരിധി വരെ ഇ എസ് പി പ്രഭാവത്തിൽനിന്നും നമ്മുടെ രാജ്യത്തെ രക്ഷിക്കുവാനും ഇനി വരുന്ന തലമുറകൾക്ക് ജീവിക്കാനുള്ള നല്ല ശുദ്ധമായ വായു നല്കുവാനും കഴിയും.

9 789388 485555

Printed by Libri Plureos GmbH in Hamburg,
Germany